તણાવમુક્ત કેવી રીતે જીવશો?

તણાવ તો છે જ, મુક્ત થવાના ઉપાય શું છે?
આ વિષય પર વધારે સાહિત્ય તમને બજારમાં મળી જશે, પરંતુ આ પુસ્તક ઓશોના પ્રવચનો પર આધારિત છે, જેનું મુખ્ય બિન્દુ છે 'ધ્યાન'. ઓશો કહે છે, તમે કેટલાય પ્રશ્ન ઉઠાવો, બધા પ્રશ્નોનો એક જ ઉત્તર છે 'ધ્યાન'.
શું છે વિધિ?
તણાવ કેમ થાય છે, એાથી મુક્ત કેવી રીતે થશો? જાણવા માટે આ પુસ્તકમાં પ્રવેશ કરો. પાના ઉલટતાં ચાલો, ઉલટતાં ચાલો, જવાબ મળી જ જશે. આશા છે, આ પુસ્તક તમને તણાવમુક્ત રાખવામાં ઉચિત માર્ગદર્શન કરશે.

તણાવમુક્ત જીવન કેવી રીતે જીવશો?
(ઓશો પ્રવચનો પર આધારિત)

સ્વામી આનંદ સત્યાર્થી
(પી.એચ.ડી., રેકી ગ્રેન્ડમાસ્ટર)

ડાયમંડ બુક્સ
www.diamondbook.in

પ્રકાશક : ડાયમંડ પૉકેટ બુક્સ પ્રા. લિ.
X-30, ઓખલા ઇંડસ્ટ્રિયલ એરિયા, ફેઝ-II,
નવી દિલ્હી-110020
ફોન : 011- 40712200
ઈ-મેઈલ : wecare@diamondbooks.in
વેબસાઈટ : www.diamondbooks.in
સંસ્કરણ : 2025

તણાવમુક્ત જીવન કેવી રીતે જીવશો?
(TanavMukt Jivan Kevi Rite Jivsho?)
By - Swami Anand Satyarthi

આમુખ

જીવનમાં તણાવ છે. બાળક માતાના પેટમાં કશું પણ તો નથી કરતો, તણાવરહિત હોય છે, બાળક પેદા થાય છે, સંસારમાં આવતા જ પ્રથમ શ્વાસની સાથે ઝંઝટ શરૂ થઈ જાય છે. બાળકના જીવનમાં તણાવ લાવવાનો ઉપાય કરે છે બાળકના માતા-પિતા, પરિવાર કેવી રીતે રહે છે, બાળક બધું ગ્રહણ કરે છે, પતિ-પત્ની લડે છે કે પ્રેમપૂર્વક રહે છે, બાળક બધું જ શીખે છે પરિવારમાંથી અને કસર આપણી ઝેરીલી મહત્ત્વાકાંક્ષી, અહંકારને પોષણ કરનારી શિક્ષા પૂરી કરે છે એટલે પ્રથમ આવવાની હોડ.

તણાવ તો છે જ, મુક્ત થવાના ઉપાય શું છે?

વધારે સાહિત્ય તમને આ વિષય પર બજારમાં મળી જશે, પરંતુ આ પુસ્તક ઓશોના પ્રવચનો પર આધારિત છે, જેનું મુખ્ય બિન્દુ છે 'ધ્યાન'. ઓશો કહે છે, તમે કેટલાય પ્રશ્ન ઉઠાવો, બધા પ્રશ્નોનો એક જ ઉત્તર છે 'ધ્યાન'. ધ્યાન કરતા રહો, પ્રશ્નોનો ઉત્તર મળી જશે, એવું નહીં થાય. ધ્યાન કરતાં-કરતાં આપણી અંતર્દ્રષ્ટિ વિકસિત થશે ત્યારે આપણું મન આરપાર જોઈ શકશે, સાર-અસારનો ભેદ જાણી શકશે, ત્યારે એને પ્રશ્નોની વ્યર્થતાનો અહેસાસ થશે. બધા પ્રશ્ન એમ જ પડી જાય છે, જેમ કે બાળક ગોળીઓ રમે છે, હાર-જીત પર દુઃખી તેમજ પ્રસન્ન થાય છે, એને પોતાની સંપદા સમજે છે, પરંતુ જેમ જ બાળક મોટો થાય છે, ગોળીઓ છોડતો નથી, છૂટી જાય છે. પછી ધન પકડે છે, ક્યારેક કોઈને પ્રૌઢતા આવે છે, તો ધનની વ્યર્થતા સમજમાં આવી જાય છે. એની પકડ પણ છૂટી જાય છે, આવી રીતે પ્રશ્ન પડી જાય છે. જેમ-જેમ પ્રશ્ન પડી જાય છે, તણાવ ઓછો થતો જાય છે. **શું છે વિધિ? તણાવ કેમ આવે છે, મુક્ત કેવી રીતે થશો? જાણવા માટે આ પુસ્તકમાં પ્રવેશ કરો. પાના ઉલટતાં ચાલો, ઉલટતાં ચાલો, ઉત્તર મળી જ જશે, એવી કામના કરું છું.**

કોઈ કમી કે ત્રુટિઓ રહી ગઈ હોય તો અભિપ્રાય મોકલવા માટે વાચકો તેમજ વિશેષજ્ઞોને અમારું હાર્દિક આમંત્રણ છે.

સ્વામી આનંદ સત્યાર્થી

અનુક્રમણિકા

૧

તણાવ ભરેલી જિંદગીમાં ધ્યાનની ઉપયોગિતા

મનુષ્ય જે પણ કરે છે, સુખ માટે કરે છે, પરંતુ શું ક્યારેય સુખ મળે છે? મળતું નથી, માત્ર અહેસાસ થાય છે કે સુખમાં છું. થોડા સમય પછી જલ્દી જ દુઃખ પાછું આવી જાય છે. સુખ મેળવવાના બધા પ્રયાસ નિરર્થક સાબિત થાય છે. એક ગરીબ વ્યક્તિની આશા હોય છે કે, ધન મળી જશે, સુખી થઈ જઈશ, પરંતુ સુખ તેમજ ધન હંમેશાં એક અંતર બનાવીને રાખે છે. જેમ એક ગધેડા પર એક માણસ દંડામાં ઘાસ બાંધીને બેઠો હોય છે અને ઘાસ ગધેડાના મુખથી એક ફૂટની દૂરી પર રહે છે. ગધેડો સામે દેખાતા ઘાસને ખાવા માટે દિવસભર ચાલે છે, તેમ છતાં ઘાસ નથી ખાઈ શકતો. આ જ મનુષ્યની સાથે થાય છે. સુખ બિલ્કુલ પાસે દેખાય છે. વિચારે છે કાલે મળી જશે, પરંતુ કાલે મળતું નથી અને કાળ આવી જાય છે.

દુઃખ છે, તણાવ છે, એ સત્ય છે. કેમ છે? અહંકાર, વાસનાઓ, લોભ, ઈર્ષ્યા, ક્રોધના કારણે દુઃખી છે. જેમ-જેમ દુઃખ વધે છે, નિરાશા વધે છે તો તણાવ આવી જાય છે.

એક માણસ સિગારેટ પી રહ્યો છે, બીજો માણસ વાતચીત કરી રહ્યો છે, કેમ કે ખાલી નથી બેસી શકતો, હોંઠ ચાલતા રહેવા જોઈએ. જ્યાં સ્ત્રીઓ પણ સિગારેટ પીવા લાગી છે, ત્યાં સ્ત્રીઓએ વાતચીત ઓછી કરી દીધી છે અને જ્યાં સિગારેટ નથી પીતી, તેઓ માણસોથી વધારે વાતચીત કરે છે. આ હોઠોનું આટલું ચાલવું ભીતર મનના અશાંત હોવાનો પુરાવો છે. મન વાણીથી ખૂબ ગહેરાઈથી સંબંધિત છે, કેમ કે મન વાણીથી જ પ્રગટ થાય છે. મન કેમ કે ખૂબ

જ બેચેન છે અને પરેશાન છે આથી હોંઠ દિવસ-રાત ધ્રૂજતા રહે છે, બોલવા ઈચ્છે છે, કંઈક કહેવા ઈચ્છે છે. જ્યારે પરેશાની વધી જાય છે, તો શરીરના બીજા અંગ પણ હલવા લાગે છે. એક માણસ ખુરશી પર બેઠો છે, માત્ર પગ હલાવી રહ્યો છે, કોઈ એને પૂછે કે, ભાઈસાહેબ, શું થઈ ગયું છે, તમારા પગ કેમ હલી રહ્યા છે? પગ એકદમ રોકાઈ જશે અને એ માણસ તમને ખૂબ ક્રોધથી જોશે. તણાવના કારણે હોંઠની સાથે-સાથે હાથ-પગ અને બીજા અંગ પણ હલાવવાની જરૂર છે.

જો આપણે ઈચ્છીએ છીએ કે તણાવ, દુ:ખથી મુક્ત થઈએ, શાંત તેમજ આનંદપૂર્વક જીવન જીવીએ, તો કેટલીક વાતો સમજવી પડશે. પહેલી વાત, આપણે દુ:ખને પકડીએ છીએ. કેવી રીતે અને કેમ?

જ્યારે પણ તમને મિત્ર મળે છે, પૂછે છે, શું હાલ છે? એકવાર આપણે કહીએ છીએ, ઠીક-ઠાક છે, પરંતુ જલ્દી જ બંને દુ:ખડા રોવા લાગે છે અને પ્રતીક્ષા કરે છે કે, બીજો આપણા દુ:ખ પ્રતિ સહાનુભૂતિ પ્રગટ કરે. સહાનુભૂતિ પ્રગટ નથી કરતો તો તે મિત્ર જેવો નથી લાગતો. દુ:ખ વગર જીવન ખાલી-ખાલી લાગે છે. દુ:ખ છે તો કેટલીક વાતો કરવા માટે પણ છે. જો દુ:ખ નથી તો વાત પણ શું કરશો? એકવાર એક વકીલ મહિલા મારી પાસે આવી, કહેવા લાગી, છેલ્લા ચાર વર્ષથી શરદીથી દુ:ખી છું, બધા ઈલાજ કર્યા. જે ઉપાય મેં બ તાવ્યા, બધા કરી ચુકી હતી. ઠીક કેમ નથી થઈ રહી? એ શરદીને છોડવા નથી ઈચ્છતી. કેમ? કેમ કે શરદી ના રહી તો ના તો વાત કરવા માટે કશું રહેશે તથા ના તો કામ ન કરવાનું કોઈ બહાનું. દુ:ખ પકડવાની મનના ષડયંત્રોને સમજવા માટે જાગરૂક હોવું જોઈએ.

જાગરૂક એટલે શું?

ભગવાન કૃષ્ણએ ગીતામાં કહ્યું છે, યોગી એ, જે જાગતો જીવી રહ્યો છે. ભગવાન મહાવીરે કહ્યું છે, અસુત્તા મુનિ એટલે જે જાગીને જીવી રહ્યો છે તે મુનિ. એમણે એ નથી કહ્યું કે, જે નગ્ન ઊભો છે અથવા મુખ પર પટ્ટી બાંધી છે, તે મુનિ છે.

જેમ કે આપણે જાગી જઈએ તો ચોર ચોરી નથી કરી શકતો, એ જ પ્રકારથી આપણે જાગી જઈએ તો અહંકાર, લોભ, વાસનાઓ, તૃષ્ણા વગેરે આપણા પર હાવી નથી થઈ શકતા, જેના કારણે આપણે દુ:ખી તેમજ તણાવમાં જીવીએ છીએ.

પહેલી વાત, જાગરૂક હોવું એટલે જાગીને જીવવાનું છે. દુ:ખ તેમજ તણાવ

નહીં થાય. ભગવાન કૃષ્ણએ ગીતામાં કહ્યું છે કે કર્મ કરો, ફળની આશા ના કરો. એટલે કર્ત્તાનો ભાવ ના હોય એટલે સાક્ષી રહીને કર્મ કરો. આપણે વાતો તો ઘણી કરીએ છીએ, સદીઓથી કહી રહ્યા છીએ કે, ગીતામાં આ કહ્યું, તે કહ્યું, પરંતુ કર્ત્તાનો ભાવ કયો? કર્ત્તાનો ભાવ ગયો? ક્યારેય જાણ્યું છે કે હું નહીં મરું? શરીર મરશે? કોઈ કર્મ ફળની આશા વગર કર્યું? બિરલાએ આટલા મંદિર બનાવડાવ્યા, તે ભગવાનના મંદિર નહીં, બિરલા મંદિર કહેવાય છે. મારવાડીમાં કહેવત છે, - **"એસ કી ચોરી કરે, કરે સુઈ કા દાન, ચઢ ચૌબારે દેખે, કદ આસી વિમાન"** એટલે સોયનું દાન કર્યા પછી છત પર ચઢીને જુએ છે કે, સ્વર્ગમાં જવા માટે વિમાન ક્યારે આવશે? દાન આપ્યા પછી હંમેશાં ભાવ બને છે કે મેં દાન આપ્યું. બીજી વાત સાક્ષી રહીને કર્મ કરવાનું છે. તો દુઃખ તેમજ તણાવ નહીં થાય. જે પરિસ્થિતિઓના કારણે આપણે દુઃખી તેમજ તણાવમાં છીએ, આપણે બદલી નથી શકતા. તો શું કરીએ? મનઃસ્થિતિ બદલી શકાય છે એટલે આપણાં જોવાની રીત બદલી શકાય છે.

હવર્પ્રશ્ન ઉઠે છે કે, જાગરૂક થઈને કેવી રીતે જીવીએ? સાક્ષી રહીને કર્મ કેવી રીતે કરીએ? મનઃસ્થિતિ કેવી રીતે બદલીએ? ઓશો કહે છે, આ બધું સંભવ છે, જો નિત્ય પ્રતિ, ધૈર્યપૂર્વક ધ્યાન કરીએ.

૨

ઓશો રચિત ધ્યાન વિધિઓ તણાવથી રાહત કેવી રીતે પ્રદાન કરે છે?

આજકાલ તથાકથિત સંત, મહાત્મા કહે છે કે કળિયુગ છે નામ સહારો એટલે નામના જાપ કરો તો બેડો પાર થઈ જશે. ઓશો કહે છે, અશાંત મન નામનો જાપ કરી જ નથી શકતું. મારો એક મિત્ર કૉપીમાં હંમેશાં રામ-રામ લખતો રહેતો હતો. ભાઈની સાથે વેપાર કરતો હતો, ભાઈએ કામ અલગ કરી લીધું તો એ રામ-રામ લખતા. હું જ્યારે પણ જતો, રામ-રામ જ લખી રહ્યા દેખાતા હતા અને મને જોઈને રજિસ્ટર બંધ કરી લેતા. એક દિવસ મેં જોઈ લીધું રામ-રામ લખતા, તો મેં કહ્યું રૂપિયા-રૂપિયા લખવાથી રૂપિયા નહીં મળે. રૂપિયા કમાવવા હોય તો કોઈ વેપાર કરો, ધંધો કરો. થોડા દિવસ તો નારાજ થતા રહ્યા. એક દિવસ મેં કહ્યું મિત્ર થોડો વિચાર કરો. જ્યારે તમે ભાઈની સાથે વેપાર કરતા હતા, ત્યારે પણ ક્યારેય રામ-રામ લખવાનું વિચાર્યું, ના? કેમ કે ત્યારે રૂપિયા ગણતા હતા, હવે રામ-રામ ગણો છો, ગણવા તો રૂપિયા જ ઇચ્છો છો. વિચારશીલ હતા, રામ-રામ લખવાનું બંધ થઈ ગયું. ત્યારે તેમણે એક દિવસ કહ્યું, તમે ઠીક જ કહેતા હતા લખતો તો હું રામ-રામ હતો, પરંતુ ગણવા તો રૂપિયા જ ઇચ્છતો હતો. હવે ફરી વેપાર શરૂ થઈ ગયો તો રામ-રામ લખવાનું આપમેળે બંધ થઈ ગયું.

અશાંત મન નામનો જાપ કેવી રીતે કરી શકે છે? અશાંત મન છે તો ધ્યાન ઘટિત નથી થઈ શકતું. સૌથી પહેલા શરીર તેમજ મનના તળ પર ફેલાયેલી અશાંતિનું વિસર્જન એટલે બહાર નીકળવું જરૂરી છે તથા ઓશોએ શરીર તેમજ મનની અશાંતિનું વિસર્જન કરવાની વિધિઓ વિકસિત કરી છે.

આપણે ભોજન કરીએ છીએ, પાણી પીએ છીએ, એના પછી પેટની સફાઈ પણ એટલી જ જરૂરી છે, જેટલું ભોજન. પ્રતિદિન ભોજન તથા પ્રતિદિન સફાઈ. આપણે આખો દિવસ વિચારોનો, જ્ઞાનનો સંગ્રહ કરીએ છીએ, કરી રહ્યા છીએ વર્ષોથી, જન્મોથી, કેવી રીતે? મિત્રો સાથે વાતચીત કરીને, અખબાર તેમજ પત્રિકાઓમાંથી, રેડિયો, ટીવીથી. આ બધા માધ્યમોથી વિચાર કરીએ છીએ, પરંતુ આ વિચારો તેમજ જ્ઞાનના કચરાનું વિસર્જન નથી કરતા, જેના કારણે મન ધીમે-ધીમે ભારરૂપ થઈ જાય છે તથા તણાવ લાવે છે, કેમ કે કેટલાય વિચાર સારા પણ હોય છે અને કેટલાય વિચાર સારા નથી લાગતા તથા રહી-રહીને એને યાદ કરીને તણાવથી ભરાઈ જઈએ છીએ. જ્યારે મન પર તણાવ વધારે પ્રગટ થઈ જાય છે, તો મન તણાવને શરીરમાં ફેંકી દે છે કે સિગારેટ પીવામાં. જ્યારે પરેશાની, તણાવ વધારે વધી જાય છે, તો શરીરના બીજા અંગ પણ હલવા લાગે છે, જેમ કે ખુરશી પર બેઠો છે અને પગ હલાવી રહ્યો છે. તણાવ વધારે વધી જાય છે, વિભિન્ન રોગ શરીરમાં પ્રગટ થાય છે.

ઓશો રચિત ધ્યાન વિધિઓ પૂર્ણતઃ વૈજ્ઞાનિક છે, તીવ્ર પરિણામકારી છે અને વર્તમાન યુગના મનુષ્ય માટે ઉપયુક્ત છે. જેમ કે વૈજ્ઞાનિક પ્રયોગ કરે છે, ઠીક એ જ પ્રકારે પોતાના શરીર તેમજ મનને પ્રયોગશાળા બનાવીને ઓશો રચિત રેચન વિધિઓમાંથી પસાર થઈને શરીર તેમજ મન પર ફેલાયેલી અશાંતિ, મનઃસ્થિતિનું પરિવર્તન સહજ થઈ જશે. આ ધ્યાન પ્રયોગોમાં ઉતરવા માટે તમારે પોતાનો ધર્મ, જાતિ, સંપ્રદાય છોડવાની જરૂર નથી.

૩

મનુષ્ય ધ્યાનનું મહત્ત્વ ક્યારે મહેસૂસ કરે છે?

મનોવૈજ્ઞાનિકોએ વધારે અધ્યયન પછી જાણ્યું કે, મનુષ્ય સુખની શોધમાં છે. એના અનુસાર તે સુખ શોધે છે, ભૂખ, પ્રેમ અને સેક્સમાં. આ પ્રાથમિક જરૂરિયાતો છે બધાની. આ પૂરી થવા પછી અન્ય ઊંચી જરૂરિયાતો પેદા થાય છે. પછી તે ઇચ્છે કે, હવે સુરક્ષિત થઈ જાઉં તો મકાન બનાવે છે. કેટલું પણ સુંદર મકાન બનાવી લે, સુખ નથી મળતું તથા ના તો સુરક્ષા મહેસૂસ કરે છે. પછી સુખ શોધે છે પ્રેમમાં. પહેલીવાર પ્રેમ મફત મળે છે. પ્રેમની યોગ્યતા મળી પણ જાય, પરંતુ હજુ પણ ભીતર ખાલીપણું કેમ છે? ક્યાંક સુખ ના મળ્યું. પછી એક જ માર્ગ બચે છે, અધ્યાત્મનો. પછી સંતોની શરણમાં શોધે છે. સંત પણ તથાકથિત સંત હશે, તે માત્ર સહાનુભૂતિ આપશે. સાચો ખોજી હશે, સાચી તરસ હશે, પછી સદગુરુની શોધ કરશે અને સાચા ખોજીને સદગુરુ મળી જ જાય છે.

ભગવાન બુદ્ધ જ્યારે રાજકુમાર ગૌતમ સિદ્ધાર્થ હતા, એમની પાસે બધું જ હતું. રાજમહેલ, પત્ની વગેરે બધું જ હતું, પરંતુ બીમારી, વૃદ્ધાવસ્થા તેમજ મૃત્યુને જોઈને ભીતરની તરસ તીવ્ર થઈ ઉઠી અને એ જ રાત્રે બધું જ છોડી દીધું. બધા ગુરુઓને ટટોળ્યા તેમ છતાં ભીતરનું ખાલીપણું ત્યાંનું ત્યાં જ. અંતે એક રાત્રે બધું છોડી દીધું, એ પણ છોડી દીધું કે કંઈક જાણવું છે, એ જ રાત્રે જ્ઞાનને ઉપલબ્ધ થયા.

કેટલાક એવા સંત પણ થયા છે જેમ કે - નાનક, કબીર, દાદૂ, રૈદાસ વગેરે. એમણે જોઈ લીધું છે, જેમની પાસે બધું જ છે, તેમ છતાં ભીતર એક

ખાલીપણું છે, સુખ નથી. તે કોઈ ઝંઝટમાં પડ્યા વગર સાધનામાં ઉતર્યા. બીજાઓને કુવામાં પડતા જોઈને સમજી ગયા કે ક્યાંય સુખ નથી. અંતે ધ્યાન, તપ કે સિમરનથી જ્ઞાનને ઉપલબ્ધ થયા.

બે પરિસ્થિતિઓ છે, પહેલી - બધા ભોગો ધન, પદ, સ્ત્રી કે પુરુષ, જ્યારે મેળવો સુખ નહીં તો ધ્યાનની તરફ યાત્રા શરૂ કરી શકો છો. પરંતુ કેટલા છે, આ વાતને સમજે છે? મનુષ્ય દોડમાં રહે છે, વિચારે છે ધન થોડું છે અને કમાઈ લઉં, મકાન નાનું છે વધારે મોટું બનાવી લઉં, પત્ની કે પતિ સુંદર નથી આથી સુખ નથી. લાખોાં કોઈ એક બધું ભોગવીને આ દોડથી બહાર હોય છે.

તમે વિચારો તમે ક્યાં છો? ધ્યામાં ઉત્સુક કયા કારણથી છો? ધ્યાન કરવાથી ધન તો નહીં મળે, તો પણ શું ધ્યાન કરવા ઇચ્છશો?

૪

તણાવપૂર્ણ જીવનશૈલી અને સહજ યોગ ધ્યાન

જૂના સમયથી જ સુખી તેમજ આનંદિત જીવન જીવવા માટે અનેક ઋષિ-મુનિઓએ પોતપોતાના ઢંગથી અનેક માર્ગ દર્શાવ્યા છે. કોઈ હઠયોગની વાત કરે છે, તો કોઈ સહજ યોગની. મનુષ્યના ચિત્તની સ્થિતિ અનુસાર જ પ્રત્યેક મનુષ્યએ પોતાનો માર્ગ શોધવાનો હોય છે. કોઈને હઠયોગ સારો લાગે છે, તો કોઈને સહજ યોગ.

હઠયોગ એટલે કંઈક કરવું પડશે, કશું કર્યા વગર કશું નહીં થાય. હું કરીશ તો જ કંઈક થશે. હઠયોગીઓએ આસન, પ્રાણાયામ તથા ધ્યાન સાધના, તપની વિધિઓ બતાવી તથા સહજ યોગીઓએ સમર્પણનો માર્ગ બતાવ્યો. આજના વ્યસ્તતા ભ રેલા જીવનમાં બંનેનું જ મહત્ત્વ છે. અનેક અનુભવી સંતોએ બંનેની વચ્ચે સમન્વય કરવા માટે કહ્યું છે. હઠયોગ પણ, સહજ યોગ પણ, બંને સાથે-સાથે.

સહજ યોગથી શું અર્થ છે?

સહજ યોગ એટલે સહજ રહો, સ્વાભાવિક રહો. આદર્શ ના ઓઢશો, કેમ કે આદર્શ પાખંડ લાવે છે. થોડા તમે હોવ છો, થોડા તમે હોવાની ચેષ્ટા કરો છો, એનાથી તણાવ પેદા થાય છે. આ રીતે સમજો, કોઈ તમારી પાસે આવે છે, તમે એને પસંદ નથી કરતા, મનોમન કહો છો, ક્યાં આ દુષ્ટ આવી ગયો. એના દર્શનથી જ દિવસ ખરાબ જાય છે, પરંતુ શિષ્ટાચારવશ તમે કહો છો, આવો ધન્યભાગ અમારા, તમારા દર્શન થયા. એ સમયે આપણે બેવડું જીવન જીવી રહ્યાં છીએ. જે કંઈપણ આપણે કરીએ છીએ, આપણે હંમેશાં તણાવગ્રસ્ત

જીવન જીવીએ છીએ. ઓશો કહે છે, સહજ યોગ, નો અર્થ થાય છે જૂઠ્ઠા ના બનો. કેમ કે તમે જેટલા જૂઠ્ઠા થઈ જશો, એટલા જ દુઃખી થઈ જશો. જૂઠ દુઃખ લાવે છે, કેમ કે જૂઠના કારણે તમારા સંબંધ સત્યથી છુટવા લાગશે. જે માણસ એક જૂઠ્ઠું બોલે છે, પછી જૂઠ્ઠાને બચાવવા માટે બીજું જૂઠ્ઠું બોલશે અને પછી ત્રીજું...

આવી રીતે સમજો, એક વ્યક્તિ રાત્રે નિદ્રામાં એકદમ બોલવા લાગ્યો રામપ્યારી! રામપ્યારી! પત્નીએ એને ઉઠાડ્યો અને પૂછ્યું કે રામપ્યારી કોણ છે? એણે ગભરાઈને કહ્યું, ઘોડાદોડમાં એક ઘોડીનું નામ છે, બીજા દિવસે એ વ્યક્તિ સાંજે ઘેર આવ્યો તો પત્નીએ તપાસ કરવા માટે કહ્યું કે, એ રામપ્યારી ઘોડીનો ફોન આવ્યો હતો, તમને રાત્રે ખાવા પર બોલાવ્યા છે. આ સાંભળીને એનો પરસેવો છુટી ગયો, ચહેરા પર ગભરાટના લક્ષણ પ્રગટ થઈ ગયા. જૂઠ્ઠું બોલશો તો વધારે વાર નહીં ચાલી શકે. બૌદ્ધ પરંપરામાં સંત થયા સરહપા. સરહપા કહે છે, તમે જેવા છો એવા જ જીવો! ભલે પરિણામ કંઈપણ હોય. દગો આપો. જો જૂઠ્ઠું બોલતા હો તો કહી દો કે હું જૂઠ્ઠો છું. જૂઠ જ મારી ચર્યા છે. કોઈ ભરોસો કરે તો એનું જોખમ એ જાણે. ઓશો કહે છે, એક માણસ જે દાવો તો સત્ય બોલવાનો કરે છે, પરંતુ એની આડમાં જૂઠ્ઠું બોલે છે. ધ્યાન રાખો, જે જૂઠ્ઠું બોલે છે, તે સત્ય બોલવાનો દાવો કરે છે, નહીં તો એના જૂઠ્ઠાને માનશે કોણ? જૂઠ્ઠું બોલવાવાળો વારંવાર દોહરાવે છે કે, હું સત્ય કહી રહ્યો છું, તો સાવધાન થઈ જજો, કેમ કે આ જૂઠનું લક્ષણ છે. સાચો માણસ ક્યારેય કસમ નહીં ખાય. કેમ ખાય? જે જૂઠ્ઠું બોલે છે, તે અદાલતમાં પણ જૂઠ્ઠી કસમ ખાઈ શકે છે.

ઓશો કહે છે, માણસ જેવો છે, તેવો જ પોતાને ઘોષિત કરી દે, રત્તીભર, ઇંચભર અન્યથા ન કરે. એવા વ્યક્તિના જીવનમાં જટિલતાઓ નહીં રહે. જૂઠ જટિલતા પેદા કરે છે, પાખંડ પેદા કરે છે. સહજ યોગનો અર્થ છોડો આ દ્વંદ્વ, છોડો આ જાળ! તમે જેવા છો, તેવા જ પોતાને સ્વીકાર કરી લો. જવા દો બધા પાખંડ! સહજ યોગ એટલે પરમાત્મા પ્રતિ અનુગ્રહનો ભાવ. સહજ યોગ સમર્પણનું જ બીજું નામ છે. સહજ યોગ એટલે પોતાનો સ્વીકાર કરો. પોતાની નિજતામાં જાઓ. ભગવાન કૃષ્ણએ ગીતામાં કહ્યું છે કર્મ કરો, ફળની આકાંક્ષા ના કરો, એ બધું પરમાત્મા પર છોડી દો, આ છે સહજ યોગ. ઓશો કહે છે, સહજ યોગનો અર્થ છે કે કશું નહીં માંગીએ, ચુપચાપ જીવીશું. જે મળે એમાં તૃપ્ત, સંતુષ્ટ રહીશું. જે નહીં મળે, જાણીશું કે એના ના મળવામાં જ આપણું હિત હશે. ફળ મળશે તો સ્વીકાર, કાંટા મળશે તો સ્વીકાર. સફળતા હોય કે

અસફળતા, સન્માન હોય કે અપમાન, પરંતુ ભીતરની પ્રાર્થના અને ભીતરનો અનુગ્રહ ભાવ સતત એક જ વહેતો રહેશે. આ પ્રવાહનું નામ છે સહજ યોગ.

ઓશો કહે છે સહજ યોગ અનુસાર અહીં કશું પણ હંમેશાં રહેવાનું નથી, બધું વહી રહ્યું છે, પ્રવાહમાન છે. બધું ક્ષણભંગુર છે, પકડો નહીં, જીવો અને જે ચાલ્યું જાય એને જવા દો, જેથી જે નવું આવી રહ્યું છે એના માટે તમારું હૃદય ખુલ્લું હોય, વીતેલી કાલોનો હિસાબ ના રાખો અને આવનારી કાલોની ચિંતા ના કરો. આજે જે આવ્યું છે એને નાચો, ગાઓ, એને ગણગણાવો અને એ જ ગીતમાં પ્રાર્થના પૂરી થઈ જાય છે. આ જ ગીતમાં સંપૂર્ણ પૂરું થઈ જાય છે. ધ્યાન રાખો, પ્રાર્થના માંગ નથી. પ્રાર્થના છે સહજભાવથી કોઈ ક્ષુદ્ર માંગ વગર પરમાત્માને પોકારવા. સહજનો અર્થ થાય છે, જે તમારો સ્વભાવ છે, જે તમારે બીજા પાસેથી નથી શીખવાનો, જે તમારે પોતાની ભીતર શોધવાનો છે. અસહજનો અર્થ થાય છે ઉપરથી થોપવામાં આવેલું. તમારું વ્યક્તિત્વ શું છે? સમાજે, માતા-પિતાએ જે ઓઢાડી દીધું કે તમે હિન્દુ છો કે મુસલમાન છો, બ્રાહ્મણ છો કે, શુદ્ર! સુંદર છો કે અસુંદર છો, પાપી છો કે પુણ્યાત્મા છો. તમે જે પણ હોવ, અત્યારે ઉધાર તેમજ કૃત્રિમ છો. બીજાઓએ તમારા પર કંઈક રંગી દીધું છે.

સહજ યોગ કહે છે જે છે, જેવું છે, પરમાત્માનું દાન છે, પરમાત્માની દેણ છે, પરમાત્માની ભેટ છે, એને અંગીકાર કરો, પૂર્ણતઃ સ્વીકાર કરો.

સહજ યોગ બે શબ્દોથી બન્યો છેઃ સહજ અને યોગ, સહજનો અર્થ છેઃ અક્રિયા, અકર્મ, વિશ્રામ તેમજ યોગનો અર્થ છેઃ ક્રિયા, કર્મ, શ્રમ.

ઓશો કહે છે, જ્યાં યોગ અને સહજનું મિલન થઈ જાય છે ત્યાં જીવનમાં પરમ અવતરણ થઈ જાય છે. શ્રમથી વિશ્રામ સુધી પહોંચી શકાય છે. શ્રમ કરવો, મગર શ્રમને બધું જ ના સમજી લેવું, નહીં તો યોગમાં અટકી જશો અને સહજને જ બધું ના સમજતા નહીં તો યાત્રા શરૂ જ નહીં થાય. આળસમાં પડી જશો. શ્રમ અને વિશ્રામ આ બંને પાંખ હોવી જોઈએ, જેથી તમે ઊડી શકો. આ બંને પગ જોઈએ, જેથી તમે ચાલી શકો.

સહજતામાં જીવવામાં જ સુખ છે. બીજાની પાસે શું છે, કયા પદ પર છે, સુંદર છે કે અસુંદર છે, કેટલું છે વગેરે. જો આપણે એની ગણતરી વધારે ના કરીએ જે આપણી પાસે છે, એનું કોઈ અન્યની પાસે શું છે, તુલના ના કરીએ તો લાગશે જ નહીં કે મારી પાસે ઓછું છે. બીજાના બગીચાના ઘાસથી પોતાના બગીચાના ઘાસનો મુકાબલો ના કરો તો દુઃખ કેવું? આપણા પર બધું નિર્ભર

છે કે, આપણે સંસારને કઈ રીતે જોઈએ છીએ. કાંટાઓની ગણતરી કરીએ છીએ કે ફૂલોની. સહજ યોગથી તાત્પર્ય છે કે, કોઈ સાથે તુલના ના કરો, જે છે, જેવું છે મારી પાત્રતા અનુસાર અસ્તિત્વએ આપ્યું છે. હું અનુગ્રહિત છું, એના પ્રતિ.

પ્રશ્ન એ છે કે, શું આપણે સહજ યોગથી આ સંસારમાં જીવી શકીએ છીએ? આપણે જીવી શકીએ છીએ, પરંતુ આપણે જીવતા નથી, આથી દુઃખી તેમજ તણાવમાં રહીએ છીએ તથા ઉક્ત રક્તચાપ, શુગર, કેન્સર, અનિદ્રા, હીન ભાવના, લકવો, બેચેની વગેરે બીમારીઓથી પીડિત રહીએ છીએ. ઊંચું પદ મળે અને ધની થઈ જઈએ એ જ દોડમાં રહીએ છીએ. દોડમાં રહીએ એ પણ જરૂરી છે, પરંતુ ના મળે તો એમાં તણાવ ના લો. પરમાત્માનો આભાર વ્યક્ત કરો, જો એણે નથી આપ્યું તો ના આપવામાં જ આપણું હિત હશે. પરમાત્મા આપણી જરૂરિયાતો આપણા કરતા વધારે જાણે છે. જે પરમાત્માએ આપ્યું છે એમાં જ સંતોષ કરો, આ જ સહજ યોગ છે. પસંદગી તમારી છે. સહજ યોગમાં ના તણાવ છે, ના દુઃખ. અસહજ યોગમાં દુઃખ, તણાવ તેમજ પીડા છે. તમે કેવી રીતે જીવવા ઇચ્છો છો, તમે પોતાનું જીવન જીવવાની રીત પસંદ કરવા માટે સ્વતંત્ર છો.

જરા વિચારો, જે પરમાત્માએ આપણને આપ્યું છે, શું આપણે એમાં ગુજારો નથી કરી શકતા? કરી તો શકીએ છીએ, પરંતુ લોકો દેખાડો નથી કરી શકતા. બીજાઓની તુલનામાં આપણે ખુદને મોટા સાબિત નથી કરી શકતા. જો આપણે ઇચ્છીએ છીએ કે આપણે સહજતાથી જીવીએ, જે મળ્યું છે, એમાં આપણે સંતુષ્ટ રહીએ, ક્યારેય પણ ફરિયાદનો ભાવ ના હોય, તો એવી મનઃસ્થિતિ માટે આપણે ખુદને તૈયાર કેવી રીતે કરીએ. ઓશો કહે છે, માર્ગ છે ધ્યાન. ધ્યાન નિયમિત રૂપથી નિત્ય-પ્રતિદિન ધૈર્યપૂર્વક કરતા રહો તો મનઃસ્થિતિ બદલાઈ શકે છે. ઓશોએ આજના મનુષ્યના ચિત્તની દશા અનુસાર ઘણી બધી ધ્યાન વિધિઓ વિકસિત કરી છે. ધ્યાન કરતા રહેવા પર ધીમે-ધીમે અસહજથી સહજ થઈ જાય છે. જે આદર્શ જૂઠ સમાજે આપણે ઉપર થોપ્યા છે, મુખોટા ઓઢાડ્યા છે, ધીમે-ધીમે એમાંથી બહાર આવતા જઈશું. ઓશો કહે છે, તરો નહીં, વહો. તરવામાં સંઘર્ષ કરવો પડે છે, વહેવું આપમેળે થાય છે. વહેવું જ સહજ યોગ છે.

૫

માનસિક તણાવ :
વિવેચન અને સમાધાન

મનુષ્ય જે પણ કરે છે – સુખ માટે. પરંતુ શું મળે છે – દુઃખ. દુઃખ અને સુખ બન્ને એક જ સિક્કાની બે બાજુઓ છે. દુઃખમાંથી પસાર થયા પછી સુખની પ્રાપ્તિ થાય છે. હકીકતમાં, સુખ મળતું નથી માત્ર તેની અનુભૂતિ થાય છે કે હું સુખી છું પરંતુ થોડા જ સમય પશ્ચાત્ આપણે પાછા દુઃખમાં પાછા આવી જઈએ છીએ. આવું શા માટે? ઓશો કહે છે કે સુખની ઈચ્છા રાખશો તો દુઃખ મળશે જ કારણ કે જ્યાં સુખ ભાસે છે, લાગે છે કે આમ કરવાથી કે જો મને આ મળી જાય તો હું સુખી બની જઈશ, એ માત્ર મૃગતૃષ્ણા જ સાબિત થાય છે. આપણી ઈચ્છા અનુસાર મળી જાય છે, તો સુખ મળતું નથી, તો મન કહે છે કે આ તો તે નથી જેની હું ઈચ્છા રાખતો હતો, ખોટાની કે ઓછાની પસંદગી તો કરી લીધી છે અથવા તો આપણા પ્રયત્નોમાં જ કોઈ ઊણપ રહી ગઈ છે અને સુખ હંમેશાં એટલા અંતરે રહે છે જેમ કોઈ માણસ ગધેડાના પર સવાર થયેલો છે અને તેણે એક લાકડી પર ઘાસ બાંધી દીધું છે અને એ ઘાસ ગધેડાના મોંની બરાબર એક હાથના અંતરે છે. ગધેડો એ સામે દેખાતા ઘાસને મેળવવા માટે માઈલો સુધી ચાલે છે, પરંતુ એ ઘાસ તો તેનાથી એક હાથના અંતરે જ રહે છે. આ જ પ્રમાણે મનુષ્ય સાથે બનતું હોય છે, તેને સુખ તદ્દન પાસે જ દેખાય છે કે કાલે જ મળી જશે. પરંતુ કાલે નથી મળતું અને કાળ પાસે આવી જાય છે. જ્યારે મનુષ્યને એની અનુભૂતિ થાય છે શું હું અત્યાર સુધી જીવંત પણ હતો કે કેમ? કશું તો કરી શક્યો નથી, કેવી કેવી વાસનાઓ હતી બધી જ અધૂરી રહી ગઈ? એ અતૃપ્ત વાસનાઓને કારણે એણે પુનઃ જન્મ લેવો પડે છે.

સંતોએ કહ્યું છે કે સુખની આકાંક્ષા રાખો છો તો દુઃખથી છૂટી શકશો નહીં. એ કારણે આપણે સુખ અને દુઃખની પાર નીકળવું પડશે. પરંતુ કેવી

રીતે? ઓશો કહે છે કે દુઃખથી ભાગશો તો સુખની પ્રાપ્તિ થશે - પછી દુઃખ. જો દુઃખને જાણી લેશો તો દુઃખ અને સુખની પાર પહોંચી જશે. દુઃખ છે : આ વાસ્તવિકતા છે. દુઃખથી ભાગશો નહીં, જાગો. કેવી રીતે જાણી શકાય કે શા માટે દુઃખ મળે છે? આપણી વાસનાઓ, તૃષ્ણા, લોભને કારણે. વાસનાઓને સમજો, લોભને સમજો, તૃષ્ણાને સમજો તો દુઃખમાં જાગી જશો. દુઃખમાં કેવી રીતે જાગવું? માર્ગ છે. ઓશો કહે છે, ધ્યાન જ એક માર્ગ છે, જે શાંતિ, આનંદમાં લઈ જઈ શકે છે. દુઃખ અને સુખમાં જે ભેદ છે એ માત્રાનો છે. જેવી રીતે ગરીબ અને અમીરમાં. ગરીબની પાસે ૧૦૦૦ રૂપિયા છે અમીર પાસે કરોડ એટલે કે ૧૦૦૦૦ ગણા અધિક. આને કહે છે માત્રાનો ભેદ. એટલે કે અમીર ૧૦૦૦૦ અમીર છે અથવા તો ૧૦૦૦૦ ગણો ઓછો ગરીબ. ફક્ત માત્રાનો તફાવત સુખ અને દુઃખમાં છે. સુખ મળશે એની આશામાં રહીએ છીએ, પરંતુ દુઃખમાંથી જાગવાનો પ્રયાસ કરતા નથી. દુઃખનું બીજું શું છે? જો આપણે એને જાણવાનો પ્રયત્ન કરીએ તો જ દુઃખમાંથી જાગી શકીએ છીએ.

સુખનો અનુભવ કેવી રીતે થાય છે?

આપણું સુખ લગભગ એવા માણસના જેવું છે જે પોતાના મિત્રને જણાવી રહ્યો છે કે મારા જૂતા મને ખૂબ ડંખી રહ્યા છે, ખૂબ જ સાંકડા છે. મિત્રોએ કહ્યું કે એવી વાત હોય તો જૂતાને બદલી નાખ. તે માણસે કહ્યું - મને ઘણી મુસીબતોએ ઘેરી લીધો છે, હું એટલી બધી મુસીબતોમાં છું આખો દિવસ આ જૂતા મને ડંખ્યા કરે છે, સાંજે જ્યારે હું જૂતા ઉતારું છું, ત્યારે મને ઘણી રાહત મળે છે. એક જ સુખ મારી પાસે છે અને બીજાં તો દુઃખ જ દુઃખ છે. હું જૂતાને બદલી શકતો નથી.

જેને આપણે સુખ કહીએ છીએ, એ સાંકડા જૂતાને ઉતારવાથી જે રાહતની લાગણી થાય છે, એથી અધિક નથી. જેને આપણે સુખી કહીએ છીએ એ થોડા સમય માટે કોઈ તણાવમાંથી મુક્તિ છે, નકારાત્મક છે. એક માણસ થોડા સમય માટે દારૂ પીએ છે અને વિચારે છે કે હું સુખમાં છું. એક મનુષ્ય થોડા સમય માટે સંગીત સાંભળી લે છે અથવા તો મિત્રોની સાથે ટોળ-ટપ્પાં કરી લે છે અથવા તો મજાક-મશ્કરી કરી લે છે, હસી લે છે અને વિચારે છે કે હું સુખમાં છું. આ તમામ સુખ, જૂતાને સાંજે ઉતારવાથી ભિન્ન નથી. આનો સુખ સાથે કોઈ જ સંબંધ નથી. સુખ એક હકારાત્મક સ્થિતિ છે, એક અનુભવ છે.

તણાવના કારણ

પ્રત્યેક મનુષ્યના પોતપોતાની પરિસ્થિતિઓ અને મનોસ્થિતિ અનુસાર માનસિક તણાવના અનેક કારણો હોઈ શકે છે. કેટલાંક મૌલિક કારણોની ચર્ચા અહીં કરીશું -

૧. અહંકારની તૃપ્તિ ન થવી તણાવ લાવે છે :

(ક) હું બરાબર છું, જેવું હું ઈચ્છું, કહું, એ જ પ્રમાણે થાય અને બધા મારા કહ્યા પ્રમાણે કાર્ય કરે. જો આ પ્રમાણે નથી બનતું તો તણાવ ઉત્પન્ન થાય છે, જેની અભિવ્યક્તિ ક્રોધ દ્વારા થાય છે.

આ હંમેશાં બને છે. ઘર હોય કે કાર્યાલય હોય કે દુકાન હોય. અહંકાર સિવાય આપણે જીવી શકતા નથી, કોઈનો અહંકાર મોટો હોય છે કોઈનો નાનો. ઓશો કહે છે કે આ જ અહંકારને કારણે આપણે સ્વયં દુઃખને પકડી રાખ્યું છે. કારણ કે હવે મનુષ્ય સુખી થાય છે, આનંદિત થાય છે, એ સમયે મનુષ્યનો અહંકાર ખોવાઈ જાય છે જેવો અહંકાર આવે છે, વ્યક્તિ પ્રફુલ્લિત બની જાય છે. ઓશોની પાસે એક સજ્જન આવ્યા, કહેવા લાગ્યા કે મારી સહાયતા કરો. હું અત્યંત દુઃખી છું. ચાર વખત મંત્રી બની ચૂક્યો છું, પરંતુ મુખ્યમંત્રી બની શકતો નથી. આ જ દુઃખ છે. ઓશોએ તેમને કહ્યું, સમજો, જેઓ મુખ્યમંત્રી બન્યા છે શું તેમના દુઃખને પણ જાણો છો? તેઓ વડાપ્રધાન બનવા ઈચ્છે છે. અહંકારનું પોષણ કરવા માટે દુઃખી બનવું આવશ્યક છે. એક મંત્રીના યુવાન પુત્રનું અવસાન થઈ ગયું. ઘર પર શોક પ્રગટ કરવા માટે અધિકાંશ મિત્રો, રાષ્ટ્રપતિ, ઉપ રાષ્ટ્રપતિ, મુખ્ય મંત્રી તથા અન્ય ગણમાન્ય વ્યક્તિઓના તાર શોક-સંદેશ આવ્યા. ઢગલો થઈ ગયો છે. તેઓ એ શોકને કારણે દુઃખી નથી કે પુત્ર હવે હયાત નથી, દુઃખ માત્ર એ બાબતનું છે કે વડાપ્રધાનનો સંદેશ આવ્યો નથી.

દુઃખથી આપણે લાભ પ્રાપ્ત થાય છે. જો આપણે દુઃખી છીએ તો આપણે દુઃખની બધી જ વાત અત્યંત રસપૂર્વક બીજાને જણાવીએ છીએ, દુઃખને વધારીને જણાવવાનું સુખ પ્રાપ્ત કરીએ છીએ, કેમ કે એનાથી બીજાની સહાનુભૂતિ મળે છે. જો તમે દુઃખી નથી તો તો તમને કોણ પૂછવા આવશે? દુઃખી મનુષ્ય પાસે કહેવા માટે ઘણું હોય છે. સુખી મનુષ્ય પાસે જાઓ, પૂછો કે શા હાલ છે, કહી દે છે બધું જ ઠીક છે, બરાબર છે, વાતચીત સમાપ્ત.

બાળક મોટું થશે, તેનામાં અહંકારનો ઉદ્દભવ થશે, એ આજ્ઞા નહીં માને, સંઘર્ષ કરશે, વિરોધ કરશે. જેને કારણે આપણા અહંકારને આઘાત પહોંચે છે. બાળક સમજે છે, એ ખૂબ જ શક્તિશાળી છે અને આપણે નિઃસહાય અને પરતંત્ર. મોટા ઈચ્છે છે કે બાળક આજ્ઞા માને, પરંતુ બાળક માનતું નથી. આજ્ઞા મનાવવામાં આપણા અહંકારની તૃપ્તિ થાય છે અને આજ્ઞા ન માનવામાં બાળકના અહંકારની તૃપ્તિ થાય છે. કહેવાય છે કે નિર્બળ હંમેશાં શક્તિશાળી કે બળવાનની ઘૃણા કરશે. આ જ આધાર પર બાળકોમાં સઘળી ઘૃણા, ઈર્ષા, અદેખાઈ, સંઘર્ષ જમા થઈ જાય છે, જો તે છોકરો છે તો પિતા પ્રત્યે અને જો છોકરી છે તો માતા પ્રત્યે. આવી જ રીતે મોટા ભાઈ અને બહેનો પ્રત્યે.

ઘર પરિવારમાં જે વધારે કમાય છે કે વધારે બોલે છે એ પ્રભાવશાળી બની જાય છે, ઘરમાં તેનું ચલણ રહે છે. તેની હામી સિવાય કોઈ પણ કાર્ય થઈ શકતું નથી. આવી જ રીતે કાર્યાલયોના કામોમાં અથવા તો સામાજિક સંસ્થાની સભા હોય ત્યાં પણ આવી હાલત રહે છે. કોઈ પણ પ્રભાવશાળી બની જશે, અંતિમ નિર્ણય માટે આપણે બધાં તેના તરફ જ જોઈશું. જો કોઈ વિરોધ કરે છે ત્યારે એ પ્રભાવશાળી વ્યક્તિના અહંકારને ઠેસ પહોંચે છે અને એ તણાવમાં આવી જાય છે. જો આપણે પ્રભાવશાળી બનવા ન ઈચ્છીએ, બધાં ભેગાં મળીને નિર્ણય કરે, જ્યાં છે તો અહંકાર વળી કેવો અને કેવો તણાવ.

(ખ) કંઈક બનવાની ઈચ્છા

હું કંઈક બનવા ઈચ્છું છું. ડૉક્ટર, ઈજનેર અથવા તો વડા પ્રધાન. મેં પ્રયત્ન તો ઘણાં કર્યાં, પરંતુ હું જે બનવા ઈચ્છતો હતો, તે બની શક્યો નહીં. તમારે ત્યાં પુત્ર થયો, તમે ઈચ્છો છો, હું જે ચાહતો હતો તે બની શક્યો નથી તો શું થયું, મારો દીકરો બનવો જોઈએ. પરંતુ પુત્રની પણ પોતાની ઈચ્છાઓ, આકાંક્ષાઓ અને સ્વપ્નાઓ છે. એને પૂર્ણ કરવા માટે તે પોતાની ઊર્જાનો ખર્ચ કરશે કે તમારા અધુરા સ્વપ્નો, તમારી ઝંખનાને પૂરી કરશે?. દીકરો પોતાની ઈચ્છા પ્રમાણે ચાલશે તો પિતાનો તણાવ વધશે. જો તમે તમારા જીવનમાં પાછું વળીને જોશો, તો શું તમે તમે તમારા પિતાના સ્વપ્નાઓને પૂર્ણ કર્યાં? જો તમે એ પ્રમાણે કર્યું તો શું તમે ખુશ છો, પ્રસન્ન છો, ના? શા માટે તમે તમારા પિતાના સ્વપ્નાઓને પૂર્ણ કરવામાં લાગેલા રહ્યા અને તમારા સ્વપ્નોનું શું થયું? શું તમે પણ તમારા એ અપૂર્ણ અને અતૃપ્ત રહી ગયેલાં સ્વપ્નાઓને પોતાના પુત્રના સહારે પરિપૂર્ણ કરવા તો ઈચ્છી રહ્યા નથી?

આ તો એવું થયું, એક બાળકે પોતાના પિતાને પૂછ્યું કે શું આપને દાદાજી મારતા હતા, તેમણે કહ્યું - હા. પછી તેણે પૂછ્યું કે તો શું દાદાજીને તેમના પિતાજી મારતા હતા ત્યારે પિતાએ હામાં જવાબ આપ્યો. ત્યારે દીકરો કહેવા લાગ્યો કે આ ખાનદાની ગુંડાગીરી ક્યાં સુધી ચાલતી રહેશે?

તાત્પર્ય એ છે કે બાળકને પોતાની સ્વતંત્રતા આપો, તે જે બનવા ઈચ્છે છે, કરવા ઈચ્છે છે, કરવા દો. પોતાના અપૂર્ણ રહી ગયેલાં સ્વપ્નાઓને પોતાના બાળકના માધ્યમથી પૂર્ણ કરવાનો પ્રયત્ન ન કરો. બાળકોને પોતાના સ્વપ્નાઓ પૂર્ણ કરવા તેમની ઈચ્છા પ્રમાણે કરવા દો. જો એ વિપરીત દિશામાં છે, તો તેને ચેતવો, સાવધાન કરો, તેને પ્રત્યેક પાસાંઓ વિશે સમજાવો. સંપૂર્ણ માહિતી અને જાણકારી તેને આપો અને અપાવો જેથી તે પોતાની સમજદારીથી કાર્ય કરી શકે. હું મારા એવા અનેક મિત્રોને જાણું છું જેઓ સ્વયં ડૉક્ટર કે ઈજનેર ન બની શક્યા, માત્ર કમ્પાઉન્ડર કે મિસ્ત્રી જ બની ને રહી ગયા. તેઓ

પોતાના બાળકોને ડૉક્ટર કે ઈજનેર બનાવવા માટે સંપૂર્ણ બળ વાપરી રહ્યા હતા. પરંતુ બાળક કળાકાર બનવા ઈચ્છતો હતો, સંગીતજ્ઞ બનવા ઈચ્છતો હતો. આ જ બાબતને કારણે તેમના ઘરનું વાતાવરણ તણાવપૂર્ણ રહેતું હતું. આપે આવી ઘટનાઓ આપના પરિવાર, પડોશમાં ચોક્કસ જોઈ હશે.

(ગ) કંઈક મેળવવાની ઈચ્છા

આપણે એ જ પ્રાપ્ત કરીએ છીએ, જેટલી આપણી પાત્રતા હોય છે. પરંતુ મનુષ્ય તેની પાસે જેટલું છે, તેનાથી સંતુષ્ટ થતો નથી. હજી વધારે, હજી વધારેની ચાહના સદૈવ રહ્યા કરે છે. ધ્યાન રાખો, લક્ષ્ય જેટલું અસંભવ હશે, તણાવ એટલો અધિક વધશે. જે કંઈ મારી પાસે છે એનાથી તૃપ્તિ થતી નથી. પદ નાનું છે, મોટું જોઈએ. ધન ઓછું છે, વધારે ધન જોઈએ. મકાન નાનું છે, મોટું મકાન જોઈએ. દુકાન નાની છે, વધારે મોટી જોઈએ. પિતા દશ લાખ છોડીને મર્યા, હું વીસ લાખ છોડીને મરવા ઈચ્છું છું. જે પણ ધન, પદ, યશ મારી પાસે છે ઓછું છે. હું આજે ઈચ્છું છું, આજે નહીં કાલે મેળવી લઈશ, થોડો ઓછો પ્રયાસ કર્યો છે થોડો વધારે પ્રયાસ કરીશ. આજ પ્રયાસમાં જીવન એમ ને એમ જ પૂરી થઈ જશે. કાલે મેળવી લઈશ, આ જ તણાવમાં ખેંચાયેલા રહીએ છીએ. બધા જ પ્રકારનો લોભ તણાવ ઉત્પન્ન કરે છે, ભલે તે સાંસારીક હોય કે આધ્યાત્મિક હોય.

તમે અને તમારા લક્ષ્યની વચ્ચે જેટલું અંતર હશે, એટલો તણાવ અધિક હશે. જેટલું અંતર ઓછું હશે, તણાવ એટલો ઓછો હશે. તમને એ જાણીને નવાઈ લાગશે કે ભૌતિકવાદી એટલે કે ધન, પદ, યશને ઈચ્છનારા એટલા તણાવપૂર્ણ નથી હોતા જેટલા આધ્યાત્મિક વ્યક્તિ. કારણ કે તેમના લક્ષ્ય હંમેશાં ખુબ જ ઊંચા છે, લક્ષ્ય અસીમ છે. ચાહનાની કોઈ જ સીમા નથી અને સામે ગંતવ્ય પણ દેખાતું નથી. અજ્ઞાતની યાત્રા છે.

જો આપણી આકાંક્ષા છે તો તેને પૂર્ણ કરવા માટે આપણે પરિશ્રમ કરવો પડશે. જેનાથી આપણી ઉપર કામનો બોજો થઈ જશે, સમય ઓછો હશે અને તેને માટે જાણકારીઓ પણ એકત્રિત કરવી પડશે. આ ત્રણેય કામોનો બોજો, પર્યાપ્ત સમય ન હોવો અને એકત્રિત કરવામાં આવેલી માહિતીનો મગજ પરનો ભાર એ બધું જ તણાવમાં વૃદ્ધિ જ કરશે.

૨. બીજામાં સુખની શોધ કરવી

બીજું કંઈ પણ હોઈ શકે છે - પદ,ધન, સ્ત્રી કે પુરુષ જ્યાં સુધી બીજું પ્રાપ્ત થતું નથી ત્યાં સુધી તે વ્યક્તિ તણાવગ્રસ્ત રહે છે, તેને પ્રાપ્ત કરવા માટે તનતોડ પ્રયત્ન કરે છે. પરંતુ તે જ્યારે મળી જાય છે તો પણ સુખ તો મળ્યું નહીં, ત્યારે એમાં જ દોષ શોધવાનો પ્રયત્ન કરે છે અર્થાત્ ધન થોડું મળ્યું,

વધારે મળવું જોઈતું હતું.પદ નાનું છે અને વધારે મોટું પદ મળવું જોઈએ. જો સ્ત્રી કે પુરુષ પસંદગી પ્રમાણે મળી જાય તો પણ સુખ તો મળતું નથી, તે વિચાર કરે છે પસંદગી ખોટી થઈ ગઈ. પરંતુ મૂળભૂત રીતે એ સમજી શકતા નથી કે બીજું સુખ આપી શકશે નહીં. જરા વિચાર કરો કે જેની પાસે ધન છે, પદ છે, અથવા તો જે સ્ત્રી અથવા, પુરુષની કામના કરી રહ્યા છે, તે જેમની પાસે છે - શું તેઓ સુખી છે, તણાવમુક્ત છે?

હું એક ગાડીમાં મુસાફરી કરી રહ્યો હતો, મારી સાથે કેટલાંક નવયુવાનો પણ હતા, જેઓ ઈજનેર બનવા માટે જઈ રહ્યા હતા, તેઓ અંતિમ વર્ષના વિદ્યાર્થીઓ હતા. મેં તેઓને પૂછ્યું કે ડિગ્રી પછી શું કરશો? કહેવા લાગ્યા કે નોકરીની શોધ કરશે. નોકરી મળી ગઈ પછી શું કરશો? કહેવા લાગ્યા કે પછી છોકરીની શોધ કરીશું. મેં કહ્યું ઠીક છે એટલે કે લગ્ન કરશો. પછી મેં તેઓને પૂછ્યું કે બધાં શા માટે લગ્ન કરે છે? સુખ માટે. મને હસવું આવી ગયું, પછી મેં તેઓને પૂછ્યું, આજે તમે ઘેર જઈને માતા-પિતાને પૂછજો કે લગ્નમાં તેઓને કેટલું સુખ પ્રાપ્ત થયું? તેઓને કહેજો કે પ્રમાણિકતાથી જવાબ આપે. આપણે બાળકોના લગ્ન કરી દઈએ છીએ, જે પ્રમાણે ઘાણીનો બળદ હોય છે તેવા આપણે બની જઈએ છીએ, બાળકોને આપણા અનુભવો જણાવ્યા સિવાય લગ્નમાં ધકેલી દઈએ છીએ. બાળકો લગ્ન તો કરશે જ, પરંતુ માતા-પિતાએ પોતાના અનુભવોને ચોક્કસપણે તેઓને જણાવવા જોઈએ. જે ભૂલો તમે કરી છે, દુઃખોમાંથી પસાર થયા છો, જે ભૂલોને કારણે તમે દુઃખી બની ગયા, તણાવમાં જીવ્યા છો, તેના વિશે તેઓને ચોક્કસપણે જણાવો જેથી તેઓ તે ભૂલો ન કરે. પરંતુ આપણે તો એ વિશે કોઈ જ ચર્ચા કરતા નથી. શા માટે? આપણને ખબર હોય છે કે લગ્નથી આપણને સુખ પ્રાપ્ત થયું નથી. આપણે જૂઠું બોલી શકતા નથી તો પ્રમાણિકતાથી તેઓને આપણા અનુભવો અંગે જણાવીએ, ત્યાર પછી જો તેઓ લગ્ન કરશે જ નહીં. એ બાબત નિશ્ચિત છે. તે કારણે માતા-પિતા બાળકો સાથે ક્યારે પણ પોતાના વૈવાહિક જીવન અંગેના અનુભવોની ચર્ચા કરતા નથી અને તેઓને લગ્નના બંધનોમાં જકડી દે છે. પછી કહે છે, આ તો સંસાર છે, ગળે પડેલો ઢોલ તો વગાડવો જ પડશે. અમે વગાડી રહ્યા છીએ, તમે પણ વગાડો.

મને હંમેશાં વિદ્યાર્થીઓ પૂછતા હતા કે કેવી છોકરી સાથે લગ્ન કરીએ? હું તેઓને કહેતો હતો કે લગ્ન કરીને કોઈને સુખ તો મળ્યું નથી. જો તમારે ગર્લ ફ્રેન્ડ નથી તો તમે તમારા માતા-પિતાની પસંદગીની છોકરી સાથે લગ્ન કરી લેજો, કારણ કે પોતાના માતા-પિતાને દોષ તો આપી શકશો કે તમે મારા માટે આવી કેવી છોકરી પસંદ કરી છે, શું જોયું હતું તમે તેનામાં? બીજા પણ સારાં સારાં માગાં આવી રહ્યા હતા ખબર નહીં તમને લોકોને શું થઈ ગયું હતું?

હું એક પરિવારમાં ગયો, ત્યાં તેમની વહુને પૂછ્યું કે તમને કોણે પસંદ કર્યા હતાં, પતિએ, સાસુએ, સસરાએ કે નણંદ દિયરે? ત્યારે તે કહેવા લાગી સસરાએ. મેં કહ્યું મારા પિતા જો મારા માટે આવો છોકરો પસંદ કરતા અને કહેતા કે આ છોકરી મને પસંદ છે જો કહો તો હા પાડી દઉં, તો હું કહેત, ઠીક છે, તમને પસંદ પડી છે, તો માને પૂછો અને લગ્ન કરી લો મને શા માટે પૂછો છો? લગ્ન છોકરાના, અને પસંદ કોઈ બીજાની.

આ જ પ્રમાણે પદ નાનું હોય કે મોટું સુખ આપતું નથી. જે મોટાં પદો પર બેઠેલા છે, શું તેઓ સુખી છે? અમારા એક અધ્યાપક હતા, વિશ્વ વિદ્યાલયમાં, જ્યારે તેઓએ મોટા પદ માટે પ્રાર્થના પત્ર મોકલ્યા, નસીબના એવા બળિયા, દરેક પદ માટે પસંદ કરી લેવાતા હતા. રિટાયર થતાં પહેલાં પોતાના ક્ષેત્રના ઉચ્ચતમ પદ પરથી કેન્દ્રીય સરકારમાંથી રિટાયર થયા. પરંતુ પહેલાં પદ પર જ્યારે તેઓ હતા અને જે ફરિયાદો તેઓ કરતા હતા, એ જ ફરિયાદો તેઓ અંતિમ પદ પરથી રિટાયર થતી વખતે પણ કર્યા કરતા હતા.

બીજું એટલે કે સ્ત્રી કે પુરુષ, ધન કે પદ મળી પણ જાય તો સુખ મળતું નથી. સ્ત્રીની પાસે સુખ નથી, તો પતિ શોધે છે, સુખ માટે. સુખ બન્નેની પાસે નથી, તો લગ્ન પછી કોણ કોને સુખ આપશે? મૂળભૂત રીતે આ વાતનું ધ્યાન રાખવું જોઈએ કે બીજું કોઈ પણ હોય, સુખ આપી શકતું નથી.

ઓશો કહે છે, તમે જો ધ્યાનપૂર્વક જોશો તો સંસારમાં દરેકને સુખ માંગતા જોઈ શકશો, પ્રેમ માંગતા જોઈ શકશો. પરંતુ ન તો લોકો પાસે ન તો પ્રેમ છે, ન તો સુખ છે. માંગવામાં જ ભૂલ થઈ રહી છે અને કારણ કે તમે માંગવા માટે બહાર ચાલ્યા જાઓ છો, તમને એ યાદ પણ નથી રહેતું કે જે તમે માંગી રહ્યા છો. એ તમારો સ્વભાવ છે. ધર્મ આ જ ક્રાંતિનું નામ છે, જે દિવસે તમને યાદ આવે છે, હવે માંગવાનું બંધ કરું, એક વખત પોતાની અંદર પણ જોઈ લઉં, બરાબર ચકાસણી કરી લઉં કે હું કોણ છું, બની શકે છે કે જે બહારથી મળતું નથી, એ ત્યાં હોય.

૩. વર્તમાનમાં ન જીવવું.

આપણે કાં તો ભૂતકાળની સ્મૃતિઓમાં ખોવાયેલા રહીએ છીએ, અથવા તો ભવિષ્યની યોજનાઓમાં. આ બન્ને વચ્ચે વર્તમાનની વાસ્તવિકતા મરી પરવારે છે. ભૂતકાળની સ્મૃતિઓ ડંખ ઉત્પન્ન કરે છે. ભૂતકાળ કે જે મડદું છે, વીતી ગયો છે, જે હવે નથી. પરંતુ પુરાણી વાતો યાદ કરી વ્યક્તિ તણાવથી ઘેરાઈ જાય છે કે જો મેં આ પ્રમાણે કર્યું હોત તો સારું હતું, આ પ્રમાણે કરવાથી નુકસાન થયું. ભવિષ્યની યોજનાઓ બનાવે છે, જો તેને પૂરી નહીં કરી શકું તો, આ પ્રમાણેના વિચારોને કારણે એ તણાવગ્રસ્ત બની જાય છે.

ત્યારે તે ભાગ્યને દોષ આપે છે, ઈશ્વરને શાપ આપે છે. ભૂતકાળ અને ભવિષ્યની વચ્ચે, વર્તમાનમાં જો જીવશો તો તણાવ નહીં ઉત્પન્ન થાય. વર્તમાન એટલે કે અત્યારે અહીં. પ્રયત્ન કરો વર્તમાનમાં જીવવાની કળા શીખવાનો, વર્તમાનમાં જીવતા શીખી શકાય છે - પોતાના વિવેકને જાગૃત કરીને.

આપણે હંમેશાં જોઈએ છીએ કે વડીલો હંમેશાં ભૂતકાળ સારો હતો એ વિશે ચર્ચા કરતા રહેતા હોય છે. ભૂતકાળ આવો હતો, આવો હતો. આજે આમ થઈ રહ્યું છે, જમાનો બહુ ખરાબ આવી ગયો છે, કોઈ કોઈનો આદર કરતું નથી, નાના મોટાંનો કોઈ વિચાર કરતું નથી, જે મનમાં આવે તે પ્રમાણે કરતા રહે છે, કોઈ કોઈની સલાહ લેતું નથી. આ હરહમેંશથી બનતું આવ્યું છે, જે પ્રમાણે વડીલો અત્યારે કહી રહ્યા હોય છે, તેમના વડીલો પણ આ જ પ્રમાણે કહેતા હતા. ઓશો કહે છે, વૃદ્ધ વ્યક્તિની પાસે ભૂતકાળ હોય છે, તેમની પાસે ભવિષ્ય હોતું નથી. હવે તેમને ભવિષ્યમાં મૃત્યુ જ દેખાઈ રહ્યું છે, એ કારણે તેઓ ભવિષ્યની વાત કરતા નથી, તેમની પાસે ભૂતકાળ છે ચર્ચા કરવા માટે, કારણ કે તેઓ વર્તમાનમાં જીવવાનું શીખ્યા જ નથી.

યુવાનો પાસે ભવિષ્ય હોય છે, ભવિષ્યની કલ્પનાઓ, યોજનાઓ છે, એ કારણે તેઓ હંમેશાં ભવિષ્યની વાતો કરતા રહે છે. હું આમ કરીશ, પછી આમ કરીશ ઇત્યાદિ - ઇત્યાદિ. તેઓ વડીલો પાસેથી સલાહ લેવાનું પસંદ કરતા નથી. શા માટે? પરિસ્થિતિઓ જુદી છે, નવી નવી શોધખોળ થઈ રહી છે, પિતાજી તો જુની પુરાણી વાતો જ લઈને બેસી જશે. સમય બદલાઈ ગયો છે, આ વાતને ધ્યાનમાં રાખીને તે પિતા પાસેથી સલાહ લેતા નથી. પિતા ઉપેક્ષિત અનુભવે છે અને તણાવમાં રહે છે. યુવાનો પણ તણાવમાં રહે છે, કારણ કે તેઓએ પોતાની યોજનાઓને પરિપૂર્ણ કરવી છે, પરંતુ પિતા સાથ આપતા નથી, આને કહે છે પેઢી વચ્ચેનું અંતર. દરેક યુવાન પોતાના પિતા માટે ફરિયાદ રહ્યા કરે છે, પરંતુ જ્યારે તે પોતે પિતા બની જાય છે ત્યારે તે બાબતને વીસરી ગયો હોય છે, એ પણ પોતાના પુત્રની સાથે બરાબર એ જ પ્રમાણે વ્યવહાર કરે છે, જેવો તેના પિતાએ તેની સાથે કર્યો હતો.

ભવિષ્ય પ્રત્યે ચિંતા રહે છે, તે કારણે અધિકાંશ યુવા વર્ગ જ્યોતિષીઓને ત્યાં આંટાફેરા પણ કરે છે. પરંતુ ધ્યાનમાં રાખો, ભવિષ્ય હાથની રેખાઓમાં નથી, સ્વયંના પુરુષાર્થમાં રહેલો હોય છે. સંકલ્પવાન પોતાનું ભવિષ્ય સ્વયં જ નિર્માણ કરે છે.

૪. મોહ

જેટલો વધારે મોહ કોઈ વસ્તુ કે વ્યક્તિ માટે રાખશો એટલું વધારે દુઃખ, પીડા અને તણાવ વધશે. એમ સમજો કે એક મકાન છે કે જે તમારું છે,

તેમાં આગ લાગી ગઈ છે અને તમે બૂમો પાડી રહ્યા છો, રડી રહ્યા છો, લૂંટાઈ ગયા, બરબાદ થઈ ગયા. પરંતુ એ જ સમયે જો તમારો પુત્ર આવીને તમને એવું કહે છે પિતાજી આ મકાન તો આપણે વેચી દીધું છે, એ જ સમયે તમે એકદમ શાંત થઈ જશો. શા માટે? કારણ કે હવે એ મકાન તમારું રહ્યું નથી, તો મોહ પણ સમાપ્ત થઈ ગયો.

એક છોકરી જે અજાણી છે, તેને ઈજા પહોંચી છે ત્યારે તમે એટલી ફિકર નહીં કરો. પણ જો એ જ સમયે તમને કોઈ આવીને એ પ્રમાણે કહે આ છોકરી સાથે તમારી સગાઈ થઈ ગઈ છે. દેખીતી રીતે તમે તેની પૂરેપૂરી ફિકર કરશો. શા માટે? કારણ કે હવે એ તમારે વાગ્દત્તા છે, થનારી પત્ની છે, અકસ્માત્ વાત બદલાઈ ગઈ છે.

એક ગૃહસ્થ સન્યાસીનો યુવાન પુત્ર મૃત્યુ પામ્યો. તેના અંતિમ સંસ્કાર એટલે અગ્નિદાહ કરી દેવામાં આવ્યો. સન્યાસીની પત્ની એ ચિંતામાં હતી કે ક્યાંક મારા પતિ પાગલ ન થઈ જાય, કારણ કે તેમને તેમના પુત્રનો અત્યંત મોહ હતો. પરંતુ સાંજે તેમને પોતાના નિત્યક્રમ કરતાં જોઈનેતેમને પૂછ્યું કે તમને કેવું લાગી રહ્યું છે? આપણો તો એકનો એક જ પુત્ર હતો, એ પણ ગુજરી ગયો. પતિએ કહ્યું કે એક વાર તો મને ઝાટકો વાગ્યો હતો, પરંતુ તરત જ વિચાર આવ્યો કે વીસ વર્ષો પૂર્વે જ્યારે એ આપણો પુત્ર હતો જ નહીં, ત્યારે પણ આપણે ખુશ હતા, આજે જ્યારે તે ચાલ્યો ગયો છે તો વળી પાછી એની એ જ વીસ વર્ષો પૂર્વેની સ્થિતિ છે,પછી કેવી ઉદાસી, કેવું દુઃખ? પરમાત્માનો ધન્યવાદ કે તેમણે પાછલા વીસ વરસો સુધી આપણને માતા-પિતા હોવાનો અનુભવ આપ્યો. તેને આપ્યો અને તેને પાછો લઈ લીધો, બસ!

(ક) વ્યક્તિ કે વસ્તુનો મોહ દુઃખને લાવે છે?

પુત્રનો મોહ છે, બીમાર છે, દવા આપો. એથી અધિક તમે બીજું શું કરી શકો છો? ચિંતા કરવાથી શું તે સારો થઈ જશે? પુત્રનો માતા પર મોહ હોય છે, જ્યારે તેના લગ્ન થાય અને તેની સ્થિતિ સાસુ અને વહુ વચ્ચેના ફુટબૉલના જેવી બની જાય છે. એટલે કે માતા કહે છે, મારી વાતને પ્રાથમિકતા આપ અને પત્ની કહે છે તારે મારી સાથે જીવન વીતાવવાનું છે, માટે મારું સાંભળ! બન્ને સ્ત્રીઓની વચ્ચે એ તો માત્ર 'બિચારો' બનીને રહી જાય છે. શું કારણ, મોહ!

(ખ) કોઈનું મૃત્યુ થવાથી આપણે શા માટે દુઃખી બની જઈએ છીએ?

બીજું કોઈ પણ હોય, જ્યારે આપણે કોઈના મૃત્યુના સમાચાર સાંભળીએ છીએ ત્યારે એ સમયે આપણને ઉદાસી ઘેરી વળે છે. જો તે આપણું પ્રિયજન છે, વારે મોહ હતો તો રૂદન કરવા લાગીએ છીએ, શા માટે? કારણ

કે એ સમયે આપણને આપા મૃત્યુની યાદ આવી જાય છે. અથવા આપણે ઊંઘમાં અને ઊંઘમાં જ જીવતા હોઈએ છીએ. એ જ સમયે યાદ આવે છે કે હું પણ મૃત્યુ પામીશ, જેઓ અર્થીને ઊંચકીને લઈ જતાં હોય છે તે સમયે બોલે છે "રામ નામ સત્ય છે" તેઓ મૃત્યુ પામેલા માટે નથી બોલતા. તેઓ તો ચાલ્યા ગયા, તેના માટે આમ કહેવું કે તેને જણાવવા માટે આમ બોલાતું નથી. એ તો તેઓ જેઓ અર્થીને લઈ જઈ રહ્યા છે તેઓ માટે અને જેઓ તેની સાથે જઈ રહ્યા છે તેઓ માટે કહેવાઈ રહ્યું છે, જાગો! તારી પણ આવી જ હાલત થનાર છે. પરંતુ કેટલા જાગે છે, રામ નામને જાણવા માટે? એ કારણે તો ઓશો કહે છે કે જ્યારે પણ કોઈ અર્થી નીકળે ત્યારે એમ જાણવું કે મારી અર્થી જઈ રહી છે. મૃત્યુના સતત સ્મરણને કારણે તમે પણ મૃત્યુને જીવતે જીવત જાણવાના પ્રયાસ ભણી અગ્રસર બની શકો. એક મિત્રના પિતા ગુજરી ગયા. તેને એ બાબતનું દુઃખ નહોતું. દુઃખ તો એ વાતનું હતું કે હવે દૂધ લેવા કોણ જશે, બાળકોને સ્કૂલે કોણ લેાવ મૂકવા માટે જશે? તે તો પોતાના આવા કારણોને કારણે દુઃખી છે, પિતા માટે તો કંઈ રોવું-કકળવું નથી. આ કામ હવે તેણે જાતે કરવા પડશે એ કારણનું દુઃખ છે. જેઓ જાગ્રત રહે છે તેઓ તો તે અનુભવ કરી લે છે કે મૃત્યુ છે જ નહીં એ માત્ર શરીરનું બદલવું માત્ર છે, જેમ આપણે વસ્ત્રો બદલીએ છીએ, મકાન બદલીએ છીએ તો મૃત્યુના સમાચારથી દુઃખી શા માટે થવું? શ્વાસ પ્રત્યેક સભાન બની જાઓ તો શ્વાસ બહાર ગયો જોઈ રહ્યા છો, અંદર નહીં આવ્યો જોઈ રહ્યા છો તો કેવું મૃત્યુ? સજાગ વ્યક્તિ મૃત્યુ પામતો નથી નતો બીજા કોઈના મૃત્યુને કારણે દુઃખી બની જાય છે.

૫. બીજા શું કહેશે?

શું તમે એવો ક્યારે પણ વિચાર કર્યો છે કે "હું કોણ છું?" જો તમે એ વિશે વિચારશો તો તમને ખબર પડશે કે લોકો તમારા માટે શું શું વિચારી રહ્યા છે? શું કહે છે એટલે કે ઘરની ધારણાઓને સાચવ્યા કરે છે. કંઈ પણ કરતા પહેલાં આપણે એવો વિચાર કરીએ છીએ કે હું આ પ્રમાણે કરીશ તો બીજા શું કહેશે? તેઓની કેવી પ્રતિક્રિયા હશે? જો હું આ પ્રમાણે નહીં કરું તો લોકો શું કહેશે? આ બાબતને કારણે આપણે કાયમ ગુંચવાડા ભરેલું જીવન જીવીએ છીએ. બીજાઓ મહત્ત્વપૂર્ણ છે. બીજાની પ્રતિક્રિયાઓની આપણે પરવા કરીએ છીએ તો તણાવ તો થવાનો જ છે. કંઈ પણ કરતા પહેલાં જ આપણે ભયભીત બની જઈએ છીએ અને તે જાણવા માટે કાયમ આતુર રહીએ છીએ કે લોકો શું કહેશે?

૬. હીન ભાવના

જે લોકો હીનતાની ગ્રંથિથી પીડાતા હોય છે, તેવા લોકો ધનલોલુપ અથવા તો પદ લોલુપ બની જતા હોય છે. પદ માટેની દોટ, ધન માટેની દોટ,

હીન ભાવનાના આવરણનો પ્રયાસ છે. જેઓ પણ પોતાની અંદર, પોતાની અંદર હીન ભાવનાથી ગ્રસિત છે તેઓ પોતાને "હું પણ કંઈ છું" તે પ્રમાણે પોતાની જાતને સાબિત કરવા માટે ધન એકઠું કરવામાં લાગી જાય છે જેથી ધનવાન બનીને બીજાને દેખાડી શકું, મને જેવો તેવો સમજશો નહીં. ઉચ્ચ પદની લાલસામાં લાગેલા રહે છે કે કોઈ પણ પ્રકારે ઉચ્ચ પદ પ્રાપ્ત થઈ જાય. આવી વ્યક્તિ ભલેને ગમે તેટલું ધન ભેગું કરી લે, ગમે તેટલું મોટું પદ પણ પ્રાપ્ત કરી લે, હંમેશાં હીનતાની ગ્રંથિથી પીડિત રહે છે. એ સાહજિક બની શકતો નથી. હરહમેંશ તણાવગ્રસ્ત જ રહે છે.

તથાકથિત ધાર્મિક નેતાઓ અને અધિકાંશ રાજકીય નેતાઓ પણ હીનતાની ગ્રંથિની પીડિત હોય છે. ધાર્મિક નેતાઓ ચિત્રવિચિત્ર ચેષ્ટાઓ કર્યા કરતા હોય છે જેથી લોકોનું ધ્યાન તેમના ભણી આકર્ષિત થાય. કેવી રીતે? સંસ્કૃતના શ્લોકો બોલીને પોતાનો પ્રભાવ જમાવાવનો પ્રયાસ, કઠિન ભાષાનો પ્રયોગ કરીને કાયમ બીજાઓને નીચું દેખાડવાનો ભાવ, તમે પાપી છો, નીચ છો, અધર્મી છો, ઘોર કળયુગ આવી ગયો છે, નાસ્તિક છો, ઈશ્વરનું ભજન કરતા નથી, મોડે સુધી સૂઈ રહો છો, બ્રહ્મમુર્હૂતમાં ઉઠવું જોઈએ, પાણી ગાળીને પીવું જોઈએ, ઉઘાડા પગે ફરવું જોઈએ, તથાકથિત સંતોના સત્સંગ કરવા જોઈએ, સ્ત્રી તો નરકનું દ્વાર છે,સ્ત્રીના દર્શન કરવા જોઈએ નહીં, માત્ર સફેદ ગાયનું જ દૂધ પીવું જોઈએ ઇત્યાદિ, જે મૂઢતાઓ અને મૂર્ખતાઓ આ તથાકથિત સંતો આચરે છે, ઓઢી છે. એવા જ પ્રકારના આપણા રાજનેતાઓ પણ છે. તેઓ પણ પોતાના બધાં જ કાર્યો બીજાને દેખાડવા માટે કરતા હોય છે, બીજાઓ પર રોફ જમાવવા માટે "હું પણ કંઈ છું" માત્ર હીન ભાવનાથી પીડિત કે ગ્રસિત જ આવા ઉપદ્રવો કરી શકે છે.

હીન ભાવના કેવી રીતે ઉછરે છે? જ્યારે બાળક નાનું હોય છે અને કોઈ કામ બરાબર રીતે કરી શકતું નથી તો તેને નકામો કહીને ઘરના મોટાંઓ તેની આલોચના કે ટીકા કર્યા કરે છે. તું તો નકામો છે, તારાથી આ કામ નહીં થાય. આવું વારંવાર કહેવાને કારણે સંમોહનને કારણે તે પોતાની જાતને નકામી સમજવા લાગે છે અને એમ વિચારવા લાગે છે કે હું કદાપિ સફળ બની શકીશ નહી. તે એટલો બધો સંમોહિત બની જાય છે, તે જે કંઈ પણ કરે છે, વિશ્વાસ અને આશા સાથે કરી શકતો નથી તો તેની નિષ્ફળ બનવું તો અનિવાર્ય જ છે. કંઈ પણ ન કરી શકવાને કારણે તે ધન અને બળના અભાવમાં જીવવા લાગે છે.

ધ્યાન રાખો, બાળકોને પ્રોત્સાહિત કરો, તેમને કામ કરવાની તક આપો. તેમની આશાનું દઢીકરણ કરો, તેમના આત્મવિશ્વાસને જાગૃત કરો, તેની પાછળ મહેનત કરો, આજે નહીં તો કાલે તેને સફળતા મળશે જ, નિરાશ ન થશો, તેના બીજા ગુણો જે પણ હોય તેને નિખારવાનો પ્રયત્ન કરો. એવો

પૂરેપૂરો પ્રયત્ન કરો કે જો તે સફળ ન પણ બને તો પહેલાં કરતાં વધારે ઉત્સાહપૂર્વક પુનઃ પ્રયત્ન કરે. ધન નથી તો નિરાશ ન થશો, ધનિકોનું જીવન જોયું? પહેલાં તો તેઓએ ધન-પદને કમાવવા માટે સમય વેડફ્યો, સ્વાસ્થ્યને ગુમાવ્યું અને તો પણ એ જ ચિંતા રહ્યા કરતી હોય છે કે તેમના ધન-પદ સુરક્ષિત બની રહેશે, તો હવે સમજો કે તે જીવ્યો ક્યારે? પોતાના દુર્ગુણો પર અનાવશ્યક ધ્યાન આપો નહી. ગુણોને નિખારો, ધન અને પદને પ્રાપ્ત કરવા માટેના પ્રયાસો ચોક્કસપણે કરો પરંતુ આત્મપ્રતિષ્ઠા અને આત્મસન્માનના ભોગે તો નહીં જ.

૭. ધ્વનિ પ્રદૂષણ

માનસિક તણાવમાં વૃદ્ધિના અન્ય કારણોમાં ઘોંઘાટ પણ અત્યંત મહત્ત્વપૂર્ણ ભૂમિકા નિભાવી રહેલ છે. ઘોંઘાટ શા માટે વધી રહ્યો છે? રેલવેના એન્જિનો, હવાઈ જહાજ, વાહનોના આવાગમન અને તેના હૉર્નનો ઘોંઘાટ, રેડિયો, ટી.વી., બેન્ડ-વાજાં ઇત્યાદિ દ્વારા જો કોઈ સૌથી અધિક ઘોંઘાટ ઉત્પન્ન કરતા હોય, તો તે છે આપણાં ધાર્મિક સ્થળો, જ્યાંથી પ્રાતઃ કાળે અને સાયઃકાળ લાઉડસ્પીકર, બજારોમાં ચાલતાં સ્ટીરિયો, ફટાકડાં ઇત્યાદિ. લાઉડસ્પીકરોનો તો અત્યંત દુરુપયોગ થઈ રહ્યો છે અને ધ્વનિ પ્રદૂષણ વૃદ્ધિ પામતું જઈ રહ્યું છે. સમાજનું કોઈ પણ અંગ આનો વિરોધ કરતું નથી. આખી રાત્રિના જાગરણોમાં લાઉડસ્પીકર, કોઈ રાજનેતા આવી રહ્યા છે, તો તેની ઘોષણાઓ માટે લાઉડસ્પીકર, ક્યાંક કથા ચાલ રહી છે તો ત્યાં પણ લાઉડસ્પીકર.

તમને ખબર હોવી જોઈએ કે આ પ્રકારની ધ્વનિ વિક્ષિપ્તતા, હૃદયરોગનો હુમલો અને ઉચ્ચ રક્તચાપની વૃદ્ધિમાં પૂરેપૂરું યોગદાન આપી રહ્યા છે. આપ એમ સમજો, જ્યારે બાળકો ઘરમાં ઘોંઘાટ કરે છે ત્યારે આપણે કાયમ તેઓને ટોકીએ છીએ કે શું ઘોંઘાટ મચાવ્યો છે? મારું તો માથું દુઃવા લાગ્યું છે, જાઓ, બહાર જઈને રહો કાં તો શાંતિથી ચુપચાપ બેસી જાઓ. માત્ર બે ચાર મિનિટના ઘોંઘાટથી આપણે હેરાન-પરેશાન થઈ જઈએ છીએ તો જે નિરંતર થઈ રહ્યું છે તેનો કેટલો અધિક પ્રભાવ આપણા પર પડતો હશે. તેનું અનુમાન પણ તમે નહીં કરી શકો.

૮. ભય

આપણે બાળકોને નિયંત્રણમાં રાખવા માટે, તેઓને આપણા ઉપર નિર્ભર કે આધારિત રાખવા માટે ભયભીત કરીએ છીએ કે બિવડાવીએ છીએ. બાળકો જો કહેવું માનતા નથી તો આપણે તેમને ભૂત-પ્રેતની બીક દેખાડીને બિવડાવીએ છીએ. ત્યાં ના જઈશ, ત્યાં બિલાડી બેઠી છે, બાવો આવશે, લઈ જશે, બાળકોના કુમળા માનસ પર આ બધી બાબતોનો અત્યંત કુપ્રભાવ પાડીએ છીએ. બાળકો એકદમ સરળ અને નિર્દોષ હોય છે, મોટાંની વાતોને અત્યંત

સાહિજકતાથી માની લે છે અને તેમના માનસપટ પર એક કાલ્પનિક ભૂતની છબિ અંકિત થઈ જતી હોય છે. જ્યારે તે બાળક મોટું થાય છે, ભૂતનું સ્વરૂપ બદલાઈ જાય છે, અપમાનનો ભય, હાનિ કે રોગનો ભય ઇત્યાદિ એનો કેડો છોડતાં નથી. ઓશો કહે છે, પ્રત્યેક ભયની પાછળ મૃત્યુનો ભય સમાયેલો હોય છે. જીવનભર કોઈને કોઈ પ્રકારના ભયથી એ ભયભીત રહ્યા કરે છે. પરંતુ ધ્યાન રાખો એક બાળકના કોમળ માનસ પર જે પ્રભાવ પડ્યો તે કાયમ રહેશે. તેઓ આખું જીવન રોંદણા રડતા રહે છે. આપણે ભયભીત કરવામાં પાછી પાની કરતા નથી. આ જ કારણે તેને વઢતા રહીએ છીએ. ધ્યાન રાખો. ગુંચવણો અને સમસ્યાઓ બહાર નહીં, પરંતુ મનમાં સમાયેલા ભયને કારણે હોય છે. તેના આવવાથી બીશો નહીં, સાહસ અને ધૈર્યપૂર્વક તેનો સામનો કરો. કારણ કે ભય તેમાં વૃદ્ધિ કરી મૂકે છે. એક ઉદાહરણથી આ બાબત સ્પષ્ટ કરું છું. મારી પાસે એક વાર ૨૧ વર્ષના યુવકને લાવવામાં આવ્યો, કહેવા લાગ્યા, સ્વામીજી, આને આપના શરણમાં લઈ લો. ત્યારે મેં તેને જોઈને કહ્યું, તેનો ઇલાજ તો પછીથી થશે, પહેલાં તો તેના માતા-પિતાનો ઇલાજ કરવાની આવશ્યકતા છે. તે યુવાન વિશે તેના માતા-પિતાએ જણાવ્યું કે તે જ્યારે દશમા ધોરણમાં ભણતો હતો, અમે તેની પાછળ લાગી ગયા હતા કે ભણ ભણ. ૯૫ ટકા જો નહીં આવે તો જીવન ખરાબ થઈ જશે. ક્યાં નોકરી મળશે નહીં. અમારી વઢવાની ટેવ જરૂર કરતાં વધારે થઈ ગઈ. વઢવાની સાથે તેને મારવાની પણ અમને ટેવ પડી ગઈ. બાળક એટલો બધો ભયભીત રહેવા લાગ્યો કે રાત્રે ઊંઘમાંથી પણ બીકનો માર્યો જાગીને બેસી જતો. ધીમે ધીમે તેના પર હુમલાઓ થવા લાગ્યા. રસ્તામાં પણ ચાલતી વખતે બીતો બીતો ચાલતો. હવે તો એવી સ્થિતિ આવી પહોંચી કે તે એકલો ક્યાંય જઈ શકતો નથી. આ બધું તેના માતા પિતાએ તે બાળકની ભલાઈ માટે કર્યું હતું.

એક નાનકડી ઘટના પણ જીવનમાં કેવાં પરિવર્તનો લાવી શકે છે. આપણને તે વિશે ખબર જ પડતી નથી. નેપોલિયન બિલાડીથી બીતો હતો, શા માટે? જ્યારે તે છ માસનો હતો, તેની આયા તેને વાટકીમાંથી ચમચીથી દૂધ પીવડાવી રહી હતી, કોઈ કારણવશ તેને એક-બે મિનિટ માટે ત્યાંથી બહાર જવું પડ્યું. દૂધની વાટકી બાળકની પાસે હતી, ક્યાંક પાસેથી એક બિલાડી આવી, દૂધ પીવા લાગી. આયાનો ધમકાવવાનો અવાજ, બિલાડીનું નેપોલિયનની છાતી પર પગનું મૂકવું, આ બન્ને બાબત એક સાથે જોડાઈ ગઈ, અને તેના બાળ માનસ પર અંકિત થઈ ગઈ, ત્યારથી નેપોલિયન બિલાડીથી બીતો હતો. અને અંતિમ યુદ્ધમાં તેની સામે ઘણી બધી બિલાડીઓને છોડી મૂકવામાં આવી હતી. આટલી બધી બિલાડીઓને જોઈને નેપોલિયન બીકનો માર્યો બેભાન થઈ ગયો હતો અને તેની ધરપકડ કરી લેવામાં આવી હતી.

બાળકોને ભયભીત કરીને તેમનું શોષણ ન કરો, એ બીક આજીવન તેમનો પીછો છોડશે નહીં.

૯. આત્મ સંમોહન

સંમોહનમાં શક્તિ છે.આપણે હંમેશાં બીજાથી સંમોહિત રહીએ છીએ અથવા તો સ્વયંના સંમોહનમાં રહીએ છીએ. બીજાથી સંમોહિત બનવાનું તાત્પર્ય એ છે કે કોઈના વિચારોને આપણે પોતાના બનાવી લઈએ છીએ એટલે કે પોતાના વિચારો બનાવી લઈએ છીએ. તેને અનુભવમાં લેવાનો પ્રયાસ કરતા નથી. બીજાઓના જે વિચારો છે તે તેઓના પોતાના અનુભવો છે, તમારા નહીં. જ્યાં સુધી તમને પોતાના અનુભવ નહીં હોય, માનશો નહીં. જ્યારે આપણે એ વિચારોને પોતાના બનાવી લઈએ છીએ, અને જ્યારે આપણે બીજાને તે જણાવીએ છીએ ત્યારે બીજા તે વિચારોનું ખંડન કરે છે, તમારા અહંકારને આઘાત પહોંચે છે

(ક) સ્વયંના સંમોહનને કારણે આપણે કઈ રીતે બીમારી અને દુઃખમાં સરી પડીએ છીએ?

માની લો કે તમારે વધારે કામ કરવું પડ્યું અથવા તો આખી રાત્રિ જાગીને કરવું પડ્યું, તબિયતમાં થોડી ગભરામણ થવા લાગી તમે પહોંચી ગયા ડૉક્ટરની પાસે તપાસ કરાવવા. એ તમારું બી.પી. તપાસીને કહી દેશે આપનું બી.પી. હાઈ છે, ઈન્જેક્શન મૂકાવી દો અને આ દવા લેતા રહેજો બે-ચાર દિવસમાં સારું થઈ જશે. હાઈ બી.પી.નું નામ સાંભળીને જ તમે ઘેર આવીને પરિવારના સદસ્યોને જણાવશો. બીજા દિવસે મિત્રોને જણાવશો. તમારું વારંવાર હાઈ બી.પી. છે એમ પુનરાવર્તન કર્યા કરવાને કારણે, કાલ્પનિક બી.પી. હાઈ રહેવા લાગશે. કોઈ પણ પ્રકારે આપણે કોઈને કોઈ દુઃખ, પીડા અને તણાવને પકડી લઈએ છી કારણ કે આ બીમારી ખરી એટલે વાસ્તવિક હોતી નથી, તો શી રીતે કોઈ પણ દવાથી ઠીક થઈ શકે છે. લોકો ડૉક્ટરોના આંટાફેરા, ડૉક્ટરોનું વારંવાર બદલતા રહેવા લાગે છે, એલોપૅથી - હોમિયોપૅથીના ઈલાજ. આ પ્રમાણે, બન્ને પ્રકારના સંમોહનથી બચો. બચવાનો ઉપાય છે સજાગ બનવું. સજાગ બનવા માટેનો માર્ગ છે ધ્યાન!

૧૦. પરિવારમાં કલેશ, તણાવ શા માટે?

ઓશો કહે છે લગ્નના ક્લેશ શાશ્વત હોય છે, એ ચાલતા જ રહે છે. તમે લગ્નથી અધિક મોટા ક્લેશને શોધી શકશો નહીં. નિરંતર ક્લેશ છે. પત્નીઓ પતિને અને પતિઓ પત્નીઓને કાબુમાં રાવાનો પ્રયાસ કર્યા કરે છે, એ કારણે ક્લેશ છે. માલિકીપણાનો ભાવ હિંસાનો ભાવ છે, પ્રેમનો કોઈ જ સંબંધ તેની સાથે નથી. તમે પ્રેમ કરી જ શકતા નથી, બાળકો પેદા થઈ જાય છે. એમના પર

પણ માલિકીપણાનો અધિકારનો ખેલ ચાલુ જ રહે છે.

પરિવારમાં દરેક મનુષ્ય દુઃખી છે. શા માટે ?શું કારણો પૂછવાથી ખબર પડે છે કે પતિ-પત્નીના કારણે, પતિ-પત્નીનું કારણ, સાસુ-વહુના કારણે, સાસુ-વહુનું કારણ, બાપ- દીકરાના કારણે, બાપ- દીકરાનું કારણ. એટલે કે દરેક દુઃખી છે કોઈને કોઈ કારણોસર. ઓશો કહે છે, જો ધ્યાનપૂર્વક જોવામાં આવે તો તમને ખબર પડશે કે તમે પોતાને કારણે જ દુઃખી છો. કોઈનું પણ સામર્થ્ય એવું નથી કે જે તમને દુઃખી કરી શકે. જો આપણે કોઈના કારણે દુઃખી થઈએ છીએ તો કોઈ આપણે કારણ પણ દુઃખી થતું હશે જ. પરિવારમાં કોઈએ તમારી વાત ન માની અને તમે દુઃખી થાઓ છો. શા માટે? આપણો આદર અને માની કામના હતી અને અપમાન મળ્યું. તમે હાની અપેક્ષા રાખતા હતા અને ના મળી. કોઈ તમને ગાળો આપે ત્યારે તમે વધારે દુઃખી થઈ જાઓ છો. શા માટે? તમારી અપેક્ષા કંઈ બીજી હતી, એ કારણે તમે દુઃખી થઈ ગયા. અપેક્ષા અને કામના રાખો જ નહીં. સન્માનની અપેક્ષા ને કારણે દુઃખ અંદરથી ઉદ્દભવે છે. ઘરમાં કોઈ પ્રિયજનનું મૃત્યુ થયું દુઃખી થઈ ગયા, શા માટે? મોહ લગાવી દીધો હશે, મોહની રચના જ કરશો નહીં.

જેટલો અધિક મોહ, એટલું વધારે દુઃખ

આપણે કાયમ પોતાનું સુખ બીજાઓમાં શોધીએ છીએ. બીજું એટલે કંઈ પણ હોઈ શકે છે ધન, પદ, પત્ની અને બાળકો ઇત્યાદિ. જે વસ્તુની કામના સુખ પ્રાપ્તિ માટે કરો છો તે જ્યારે મળી જાય છે ત્યારે પણ સુખ તો મળતું નથી. આવું દરરોજ આપણી સાથે બનતું રહે છે, છતાં પણ આપણે સમજતા નથી કે કોઈ પણ બીજું આપણને સુખ આપી શકે નહીં.

પરિવાર એક એકમ છે. સમાજ પરિવારોથી બને છે. જો પરિવાર સાથે જ પ્રેમ નથી, તો પછી સમાજ સાથે કેવી રીતે પ્રેમથી હોઈ શકે છે? પતિ-પત્નીમાં પરસ્પર જો પ્રેમ નથી તો બાળકોને બન્નેનો પ્રેમ નહીં મળે કારણ કે બાળકો માતા-પિતાનો જ વિસ્તાર છે. જ્યારે બાળકોએ ઘર પર પ્રેમના પાઠ ભણ્યા નથી. તેને પ્રેમ મળ્યો નથી તો બાળક શું કરશે? પાગલ બનવાના માર્ગ પર ચાલી નીકળશે. મોટો થઈને અશાંતિમાં જીવન જીવશે. સ્કૂલ, કૉલેજમાં ભાંગફોડ કરશે, છુરાબાજી કરશે, કૉલેજમાં, બજારમાં આગ ચાંપશે. વડીલોનો આદર તો એ કરી શકશે જ નહીં. અધ્યાપકો સાથે પણ મારામારી કરશે. પ્રેમ રહિત બાળક મોટું થઈને આ બધું જ કરશે, કારણ કે તેની અંદર એટલો બધો ક્રોધ-આક્રોશ ભરેલો હશે, તેને એ પ્રગટ કર્યા સિવાય રહેશે નહીં. પતિ-પત્ની ઝગડશે તો પોતાનો ક્રોધ તો બાળકો પર જ ઉતારશે, અને બાળકો પોતાનો ક્રોધ પ્રગટ કરવા માટે નોટબુકો ફાડશે, કંઈ પણ ભાંગફોડ કરીને પોતાનો આક્રોશ

વ્યક્ત કરશે. નાના ભાઈ બહેનોને મારશે.

આજે બાળકનો જન્મ થતાંની સાથે તેને ક્રેચમાં મોકલી આપવામાં આવે છે. માતા-પિતાના પ્રેમથી વંચિત બાળક કાયમ ઉપેક્ષિત રહે છે. બાળકોને આયા પાળે કે અનાથાશ્રમમાં ઉછરે તેમાં શો તફાવત રહ્યો? બન્ને જ સ્થિતિમાં બાળક તો માતા-પિતાના સ્નેહથી વંચિત રહ્યું. એ મોટું થઈને શું આવા માતા-પિતાની સેવા કરશે? જ્યારે તેણે પ્રેમનો પ્રથમ પાઠ જ શીખ્યા નથી. એ કારણે આજકાલ નૈતિક શિક્ષણ પર અત્યંત ભાર મૂકવામાં આવે છે. નૈતિક શિક્ષણ પહેલાં તો માતા-પિતાઓને, અધ્યાપકો-શિક્ષકોને અને રાજનેતાઓને ભણાવવું જોઈએ. આજકાલ બાળકોના દફતરો ભારેખમ બનતાં જાય છે, ભણતરનો બોજો વધતો જઈ રહ્યો છે, રમવા માટે તેઓની પાસે સમય નથી. ઓશો કહે છે, "બાળકોની ઉંમર રમવાની છે, રમવામાં તેઓએ પોતાની ઊર્જાને વાપરવી જોઈએ અન્યથા બાળકો નાની વયમાં જ કામુકતાથી ભરાઈ જશે."

પતિ- પત્ની બન્નેના પ્રયત્નો એક બીજા પર માલિકીપણું દર્શાવવાના હોય છે. ધીમે ધીમે પત્ની પતિ પર માલિકીપણું જમાવી દે છે, આ તથ્યગત છે. પતિને સંપૂર્ણપણે પોતાના પર નિર્ભર બનાવી મૂકે છે, ભલે તે પાણીનો ગ્લાસ હોય, માચિસ હોય, મોજાં હોય કે રૂમાલ. પત્ની સંપૂર્ણ પણે નાની નાની બાબતોમાં પતિને એટલો બધો પોતા પર નિર્ભર બનાવી દે છે કે જો પત્ની બે દિવસ પિયર ચાલી જાય તો પતિ મહાશયની હાલત નિઃસહાય જેવી બની જતી હોય છે. પતિ પણ પત્નીને પોતાની રીતે પોતા પર નિર્ભર બનાવી દે છે. **ઓશો કહે છે, "આ ગુલામી પાંરપરિક હોય છે."**

આપણે બાળકોને શું શીખવીએ છીએ? નાના બાળકો ખૂબ જ સુંદર હોય છે. દરેક બાળક ખૂબ વહાલું લાગતું હોય છે, પ્રેમપૂર્વક હોય છે. જેમ જેમ તે મોટું થતું જશે, પ્રેમ ગુમાવવા લાગશે, શા માટે? કારણ કે આપણે તેમને શીખવીએ છીએ. શંકા કરતાં.

(ક) પ્રેમનો અર્થ છે : ભરોસો

પ્રેમમાં ભય નથી. પરંતુ આપણે બાળકને શંકા કરતા શીખવીને તેમને ભયભીત બનાવી મૂકીએ છીએ. પ્રેમ સંકોચાઈ જાય છે. બાળક મોટું થઈને સુરક્ષાની શોધ કરે છે, ઘરની, કુટુંબની આબરૂની કાળજી લેવાની.

(ખ) બાળકને શીખવીએ છીએ મહત્ત્વાકાંક્ષા

એટલે કે કાયમ પ્રથમ આવવું. પ્રથમ તો તે આવશે, પરંતુ જે નંબર બે પર હશે તે તેનો શત્રુ બની જશે. જો બાળક પ્રથમ આવી શકતું નથી, કારણ કે કોઈ એક જ બાળક પ્રથમ પર રહી શકે છે. એ હીન ભાવનાથી ગ્રસિત બની જાય છે. એ ભાવ તેનો જીવનભર કેડો છોડતો નથી.

માતા-દીકરી અને સાસુ-વહુમાં તણાવ રહે છે. આના બીજા કારણો છે. સ્ત્રીઓમાં દ્વેષભાવના ખૂબ જ વધારે હોય છે, તેઓ ઈર્ષાળુ હોય છે. ઓશો કહે છે, "બે સ્ત્રીઓનું મિત્ર બનવું ખૂબ જ મુશ્કેલ છે. સ્ત્રીઓમાં મૈત્રી થઈ જ શકતી નથી. માત્ર એક જ કારણ તેની પાછળ રહેલું હોય છે, ઊંડાણમાં, કારણ કે કોઈ સ્ત્રી પોતાના શરીરના સૌંદર્યથી રાજી નથી હોતી. બીજી સ્ત્રી તેને અધિક સુંદર, અધિક પ્રભાવશાળી, પુરુષોને આકર્ષિત કરતી, બાંધતી લાગે છે. ત્યારે દરેક સ્ત્રી બીજી સ્ત્રીને પોતાના શત્રુની નજરે નિહાળે છે. દૂરની સ્ત્રીઓની તો વાત જ જુદી છે."

જ્યારે દીકરી યુવાન બની જાય છે ત્યારે માતા દીકરીને પોતાના શત્રુની દૃષ્ટિએ નિહાળવાનું શરૂ કરી દે છે. જેવી દીકરી યુવાન થાય, માતા તેને પોતાના ઘરમાંથી ધકેલી મૂકવા માટે ઉતાવળી બની જાય છે. બહાનાઓ તો ઘણાં બધાં બનાવશે કે તેના લગ્ન કરવાના છે, જલદી લગ્ન કરાવી દેવા છે, આમ કરવું છે, તેમ કરવું છે. પરંતુ પાછળનું કારણ તો એ જ હોય છે કે ઘરનું કેન્દ્રબિંદુ હવે છોકરી બની રહી છે, માતા નથી રહી જતી, આમ ઈર્ષા ગાઢ બનતી જાય છે.

એ જ પ્રમાણે સાસુ અને વહુ વચ્ચે તણાવ રહ્યા કરે છે. હવે ઘરનું આકર્ષણ કેન્દ્ર વહુ બની જતી હોય છે. એ કારણે સાસુ અને નણંદ બનેને તણાવમાં રહ્યાં કરે છે. પરંતુ સાસુ એ ભૂલી જાય છે કે એ પણ એક દિવસે વહુ બનીને આ ઘરમાં આવી હતી. સાસુને એમ લાગે છે કે હવે તે આઉટડેટેડ બની ગઈ છે. ઓશો કહે છે, "પત્ની જ્યારે ઘરમાં નવી નવી આવે છે ત્યારે પતિનું પૂરેપૂરું ધ્યાન રાખે છે, તેની દરેક વાતની ચિંતા રાખે છે પરંતુ જેવું તેને બાળક થાય છે, ત્યારે માતા બનવાની સાથે પતિની ચિંતા છોડીને બાળકની ચિંતામાં લાગી જાય છે." એ કારણે પિતા પોતાના દીકરાઓને પસંદ કરતા નથી કારણ કે તેના આવતાંની સાથે પત્ની પતિની રહેતી રહેતી નથી. જેવું બાળક જન્મે છે, એ મા બની ગઈ અને દીકરાની બની ગઈ છે. હવે પતિની હેસિયત એક નોકર-ચાકર જેવી રહી જાય છે હવે બાળકની દરેક માંગણીઓ પૂરી કરવામાં લાગી જાય છે. બાળકના પાલન પોષણમાં પણ આપણે ભેદભાવ રાખીએ છીએ. એક બાળકને પિતાને વહાલું લાગે છે, બીજું બાળક માતાને વહાલું હોય છે, અને જો ત્રીજું બાળક આવ્યું તો તે પોતાને ઉપેક્ષિત અનુભવે છે. આવા પરિવારોમાં શું બાળકોમાં પરસ્પર પ્રેમ હશે? એમાં શંકા છે કે બધાં એકબીજાથી ખેંચાયેલા જ રહેશે. ઓશો કહે છે, "તમારા ઘરમાં દીકરા-દીકરીઓ પેદા થઈ જાય છે, તમે ખૂબ આનંદિત બની જાઓ છો. તમને એવા પ્રાણી મળી ગયા, જેને હવે તમે જેવા ઈચ્છો તેવા બનાવી શકો છો, જ્યાં મોકલવા હોય ત્યાં મોકલી શકો છો, જે આજ્ઞા આપો, તેમને માનવી જ પડશે."

મનોવૈજ્ઞાનિકો કહે છે, બાળકોની સાથે સદીઓથી જે અત્યાચાર થયા છે, આવા અત્યાચાર કોઈની સાથે ક્યારે પણ થયા નથી. ગુલામો એટલા ગુલામ

હોતા નથી, જેટલાં બાળક તમારા ગુલામ બની જાય છે, કારણ કે તેઓ નિઃસહાય હોય છે, તમારા પર આધારિત કે નિર્ભર હોય છે. તેઓ જીવી શકતા નથી તમારા વિના. એક નાનું અમથું બાળક , દૂધ ન મળે, સેવા ન મળે, સુરક્ષા ન મળે - મરી જશે, એ જીવી શકે નહીં. તેનું જીવન દાવ પર લાગેલું હોય છે, તમે આ તકનો લાભ લેવાનું ચૂકતા નથી. તમે આ તકનો લાભ પૂરેપૂરો લઈ લો છો - પૂરેપૂરા કરતાં પણ વધારે લાભ ઉઠાવો છો. જો કે તમે કહો છો તો એમ જ કે મને તારા પર પ્રેમ છે, એ માટે હું આમ કરી રહેલ છું. પરંતુ જો તમે અધિક શોધખોળ કરશો, થોડા અધિક સજાગ બનીને જોશો, તો તમને ખબર પડશે કે અહંકારનો રસ માણી રહ્યા છો, અને જો કોઈ બીજું તમારું સાંભળે કે ન સાંભળે,તમારા દીકરાએ તો તમારી વાત સાંભળવી જ પડે છે. એ કારણે કયો દીકરો પોતાના પિતાને માફ કરી શકે છે.

કોઈ દીકરો પોતાના બાપને માફ કરી શકતો નથી. પરંતુ જો તેને તક મળશે ઘડપણમાં, જ્યારે તમે વૃદ્ધ થઈ જશે, ત્યારે તમારો દીકરો તમારી સાથે પોતાનો બદલો વાળશે. ત્યારે નાની નાની વાતોમાં તમને ધુત્કારી કાઢવામાં આવશે, જ્યારે તમે વિહ્વળ બની જશે અને કહેશો - મેં કયા પાપ કર્યાં હતાં? મેં તને મોટો કર્યો, મારું આખું જીવન તારા માટે ખરચી નાખ્યું, અને તું મારી સાથે આવી રીતે બદલો વાળી રહ્યો છે! આ કેવી કૃતઘ્નતા! પરંતુ તમે ચકાસણી કરો, ધ્યાન આપો. તમે તમારા અહંકારને ખૂબ જ પંપાળ્યો હશે. આ દીકરામાં હૃદયમાં પડેલા ઘા હજી પણ તાજાં છે.

બાળકોની સાથે આપણે અત્યંત અમાનવીય વ્યવહાર કરીએ છીએ, અને આપણે કહેતા રહીએ છીએ કે આ તો અમારો અત્યંત પ્રેમ છે.

જ્યારે પણ બાળક માતાને કે પિતાને પૂછે છે કે હું બહાર રમવા માટે જાઉં. તત્કાળ કહી દો છો - “ના, ના,” પહેલાં ભણી લે. બાળકનું મન રમવામાં ચોંટેલું છે, એ અભ્યાસ કરી શકશે નહીં. પરંતુ ના કહેવામાં આપણે આપણા બાળક પર પોતાનો માલિકપણાનો હક્કને સિદ્ધ કરીએ છીએ, પરંતુ જ્યારે બાળક અભ્યાસ કરવાને બદલે તોફાન -મસ્તી કરવા લાગે છે, ત્યારે આપણે એમ કહી દઈએ છીએ કે જા બહાર જઈને રમ.

બાળક એ જ તો કહી રહ્યું હતું. બાળક જ્યારે પણ કંઈ માગે છે, કહે છે જો એ ઉચિત છે, તો તત્કાળ તેને માની લેવું જોઈએ, જો ઉચિત નથી તો લાખ કહે ન માનશો, ધીમે ધીમે બાળક ખોટી કે અનુચિત બાબત માટે હઠ કરવાની મૂકી દેશે કારણ કે તે સમજી જાય છે કે એની માંગણી અનુચિત છે, લાખ હઠ કરીશ, પૂરી થવાની નથી.

૬

તણાવથી શું થાય છે?

અખિલ ભારતીય આયુર્વિજ્ઞાન સંસ્થાનમાં કરવામાં આવેલાં અધ્યયનો અનુસાર, બાળકોનું પાલન પોષણમાં ઊણપ જેવી કે માતા-પિતાનો પ્રેમ ન મળવો, પતિ-પત્ની વચ્ચે તણાવ, પતિ-પત્નીની વ્યસ્તતાને કારણે બાળકોને પૂરતો સમય ન આપી શકવો વગેરે કારણોને કારણે બાળક મોમાં અંગૂઠો સૂચવો, નખ ચાવવાં, માટી ખાવી, ઊંઘમાં દાંત કચકચાવવાં, પથારીને ભીની કરવી, તોતડાવું, ખૂબ જ વધારે પડતાં તોફાન કરવાં, ખુબ જ વધારે પડતો ગુસ્સો કરવો કે હઠ કરવી અને પરીક્ષાના સમયે તેના પેટમાં દુઃખાવો કે માથાના દુઃખાવાની ફરિયાદ જેવી ટેવો હોય છે અને ધીમે ધીમે આ ટેવો પરિવર્તિત થઈને બાળકના માનસિક વિકાસમાં ખલેલ ઉત્પન્ન કરે છે, તથા આગળ જતાં માનસિક અને શારીરિક સમસ્યાઓને જન્મ આપે છે.

બાળકો જ્યારે નિઃસહાય બની જાય છે જેમ કે, શિક્ષણનો બોજો, હોમવર્કને પૂરું ન કરી શકવું, પરીક્ષા માટે પૂરતી તૈયારી ન કરી શકવી. આવા બાળકો માથાના દુઃખાવા કે પેટના દુઃખાવાનું બહાનું ચોક્કસ પણે બનાવી દે છે - પરંતુ જ્યારે આ પ્રમાણે વારંવાર બનતું રહે તો બાળકો ગંભીર પેટના દુઃખાવાનો શિકાર બની જતાં હોય છે. શારીરિક તપાસ દરમિયાન પેટના દુઃખાવાના કોઈ પણ શારીરિક લક્ષણ જણાતાં નથી. આ જ પ્રમાણે અનેક બાળકો બીમાર પડી જતાં હોય છે, થર્મોમીટર પણ તાપમાન દર્શાવે છે. પરંતુ જો તેમને જો કઈ દવા ન આપવામાં આવે ન તો તેમને વઢવામાં આવે, તો પરીક્ષાનો સમય સમાપ્ત થતાંની જ તેઓ એકદમ સારાં થઈ જાય છે કારણ કે તેમની બીમારી તેમના મન દ્વારા ઉત્પન્ન કરવામાં આવેલી હોય છે.

માતા-પિતા બની જવું ખૂબ જ સરળ છે. પરંતુ બાળકોનો ઉછેર કરવો અઘરું છે. માતા-પિતા નોકરી કરતાં હોય છે અથવા તો ક્લબોમાં જતાં હોય છે. તેમના બાળકો અનાથોની જેમ મોટાં થાય છે. તેઓ પોતાનું ઘડપણ તો ખરાબ કરે જ છે, કારણ કે આવી રીતે ઉછરેલાં બાળકો જેમને પોતાના માતા-પિતાનો પ્રેમ મળ્યો હોતો નથી. કેવી રીતે પ્રેમ આપી શકશે? બાળકોને માનસિક

રૂપે રોગી બનાવીને તેમનું ભવિષ્ય પણ બરબાદ કરે છે. **"જો બાળકોનું પૂરતું ધ્યાન આપી શકતાં નથી તો બાળકોને પેદા જ શા માટે કરો છો? "** આજના વર્તમાન સમયમાં જ્યારે માતા-પિતા બાળકોના શિક્ષણ પર પુરતું ધ્યાન આપી શકતા નથી, તો તેઓએ એવી સ્કુલોમાં શા માટે ભણવા મોકલવાં જોઈએ, જ્યાં ભણતરના બોજાને કારણે બાળકો સ્કૂલમાં પણ રમી શકતાં નથી. ઘેર આવે ત્યારે હોમવર્કને કારણે બાળકો રમવાં જઈ શકતાં નથી. જો શિક્ષણ બાળકો માટે એટલું આવશ્યક છે, તો બાળકો માટે એ કરતાં પણ વધારે રમવું પણ આવશ્યક છે.

ઉપર દર્શાવેલાં લક્ષણો જો તમારાં બાળકોમાં તમને જોવાં મળે છે તો માતા-પિતાએ તેમના પાલન-પોષણમાં આવતી મુશ્કેલીઓ કે અવરોધોને દૂર કરવાં જોઈએ. જો તમે તોતડાતાં બાળકને કાયમ વઢતાં રહેશો અને ઠપકો આપતા રહેશો તો તેની સમસ્યા અધિક ગંભીર બનતી જશે.

મનોરોગ ચિકિત્સક કહે છે કે મનુષ્યની ૯૦ પ્રતિશત બીમારીઓ તેમના મનની જ હોય છે. માનસિક તણાવ રહેવાને કારણે મસ્તિષ્કકની સર્વ સ્વયં-સંચાલિત- નિયંત્રણ પ્રક્રિયામાં ખલેલ ઉદ્દભતી હોય છે. જેની સીધેસીધી અસર શ્વસનનંત્ર, હૃદય તંત્ર અને પાચન તંત્ર પર થાય છે. જેને કારણે રક્તવાહિનીઓ સંકોચાવવાને કારણે શક્ત પરિભ્રમણની પ્રક્રિયા પણ અત્યંત માઠી અસરો ઉત્પન્ન થાય છે, જેમ કે હૃદયની ગતિનું વધવું, શ્વાસનલિકાઓમાં બળતરા અને અધિક વેગથી શ્વાસનું ચાલવું ઈત્યાદિ. પાચન તંત્રમાં આંતરડામાં ચાંદા, કબજિયાત, એસિડનું વધારે માત્રામાં ઉત્પન્ન થવું, હૃદયમાં બળતરા અને ભૂખ મરી જવી ઈત્યાદિ લક્ષણો પ્રગટ થતાં હોય છે. જનેન્દ્રિય તથા મૂત્ર સંબંધિત વિકારોમાં માસિક ધર્મમાં અનિયમિતતા, મૂત્રત્યાગમાં તકલીફ, પ્રદર રોગ અને અન્ય અંતઃ સ્રાવી વિકારોમાં થાયરૉઈડ ગ્રંથિમાં વિકાર કે વૃદ્ધિ, સ્નાયુ મંડળના વિકારોમાં થાક લાગવો ઊર્જાની ઊણપ, દુઃખાવો, ચિંતા, ખેંચ, સ્પૉન્ડિલાઇટ્સ, ઉદ્વેગના હુમલા, સાંધાના દુઃખાવા. બીજાં પણ વિકારો ઉદ્દભવતાં હોય છે - જેમ કે કેન્સર, સુગર(મધુપ્રમેહ), પાગલપણું, ઊંઘની ઊણપ, લકવો, અજ્ઞાત ભય, વ્યાકુળતા ઈત્યાદિ.

આ વિકારોમાંથી કેટલાંક તો તણાવ સમાપ્ત થાય એટલે તરત જ અદશ્ય થઈ જતાં હોય છે. મારી પાસે એવા બે કેસ આવ્યા હતા જેઓ લકવાગ્રસ્ત હતા. મેં તેઓની વિતક કથા પૂરેપૂરી સાંભળીને પછી કહ્યું કે તમે તદ્દન સારા છો, તમે ઈચ્છો તો તમે અત્યારે જ ચાલી શકો છો હરી-ફરી શકો છો. તમારામાં માત્ર સંકલ્પની ખામી છે, થોડો સંકલ્પ કરો. પરંતુ તેઓ બન્નેમાંથી એક પણ રાજી થયા નહીં. તેમાં એક પુરુષ હતો, કહેવા લાગ્યો, ના - ના હું તો અત્યારે મજામાં છું. મારે કોઈ કામ કરવું પડતું નથી, સાસરીવાળા તમામ ખર્ચાપાણી આપે છે. બાળકોના લગ્ન પણ કરાવી આપશે. ત્યાર પછી સંકલ્પ કરી લઈશ,

પરંતુ કોઈને કહેશો નહીં. તેમ જ જે બીજી મહિલા હતી તેના પણ પોતાના જુદાં જ કારણો હતાં, તે પણ કહેવા લાગી આપ કોઈને આ વાત કરશો નહીં.

કેટલાંક બાળકોના માતા- પિતાએ જ્યારે મને પોતાના બાળકોની ટેવો અંગે મને જણાવ્યું, પરંતુ જ્યારે તેનું નિદાન જણાવીએ, ત્યારે કહે છે કોઈ બીજું નિદાન કે રીત હોય તો કહો? તેઓની પાસે સમય જ નથી હોતો તો પછી નિદાન કેવી રીતે શક્ય બની શકે? કહે છે ચાલો તેમના નસીબ!

માતા-પિતા આજે એ વાત ભૂલી જાય છે અને બાળકોને સમય આપવાને બદલે ધન કમાવવાને મહત્ત્વ આપે છે, આવું ધન શા કામનું. તે બાળક મોટું થઈને ધનને જ મહત્તવ આપશે. આ માતા-પિતાનો વાંક નહીં તો બીજા કોનો વાંક ગણી શકાય? પહેલાં તો માતા-પિતાએ બાળકને પૂરતો પ્રેમ આપ્યો નથી, સમય આપ્યો નથી ધન કમાવવામાં બન્ને વ્યસ્ત રહ્યાં તો બાળક તો માતા- પિતા પાસેથી જ શીખવાનું છે. મોટું થઈને એ પણ ન કમાવાને જ મહત્ત્વ આપશે. પ્રેમનો સ્વાદ જો તેણે ચાખ્યો જ નથી, જેને પ્રેમની કોઈ જાણ જ નથી તો એ મોટું થઈને શું કરશે?

તણાવથી પીડિત મનુષ્યના લક્ષણો કેવાં હોય છે?

૧. અવ્યવસ્થિત શ્વાસ : તણાવથી ભરેલ વ્યક્તિ જ્યારે શ્વાસ લે છે ત્યારે તેની છાતી ફૂલે છે, પેટ સંકોચાય છે, જ્યારે તે શ્વાસ બહાર છોડે છે ત્યારે તેનું પેટ ફૂલાવે અને તેની છાતી સંકચાય છે, શા માટે? બાળક બરાબર જ શ્વાસ લેતું હોય છે. આપણે બાળકોને શીખવીએ છીએ, સંદેહ કરવો અને મહત્ત્વાકાંક્ષા. સંદેહને કારણે બાળક ભયથી ગ્રસિત થવા લાગે છે. એ જ પ્રમાણે પોતાના વર્ગમાં પ્રથમ આવવાનું છે. સંદેહ અને મહત્ત્વાકાંક્ષાને કારણે બાળક તણાવથી ભરાવા લાગે છે અને તેના શ્વાસ અનિયમતિ ચાલવા લાગે છે.કૉલેજના શિક્ષણ સુધીમાં તો તે તણાવગ્રસ્ત બની ગયો હોય છે અને અનેક વાર આત્મહત્યા કરી લેવાના વિચારો પણ કરવા માંડે છે, શા માટે? જે જે સ્વપ્નાઓ તમે તેને માટે નિર્ધારિત કર્યા હતા તે તેને પૂરા થતાં દેખાઈ રહ્યાં નથી, ઉપરથી મહેણાં ટોણાં મારનારા પણ કોઈ કસર છોડતાં નથી. શ્વાસ સંપૂર્ણપણે બદલાઈ જાય છે. શા માટે? કારણ કે તેને બધું જ કામ ઝડપથી કરવાની ટેવ પડી જાય છે, અને તેની આજ આદતને કારણે તેના શ્વાસની રીધમ પલટાઈ જાય છે. શ્વાસ લેતી વખતે પેટ ફુલવું જોઈએ, તો શા માટે છાતી ફૂલે છે? કારણ કે ખૂબ ઝડપથી શ્વાસ લેવાની ટેવને કારણે તેના શ્વાસ પેટ સુધી જતાં જ નથી. કોઈ નિદ્રાધિન બાળકના પેટ અને નાક પર હાથ મૂકીને તમે આ તથ્યને જાણી શકો છો. શ્વાસ વ્યવસ્થિત કેવી રીતે કરવાં, એની ચર્ચા આગળ કરીશું.

૨. તણાવયુત સ્નાયુઓ : તણાવ ક્યાં એકઠો થાય છે? તણાવ આપણાં સ્નાયુઓમાં એકઠો થવાની શરૂઆત થઈ જાય છે. આને એવી રીતે

સમજી શકાય, ક્રોધ આવ્યો હાથ મારવા માટે ઊંચો થયો, મારી ન શક્યા, લાત મારવા ચાહ્યું, પણ ન મારી શક્યા. તો શું થશે? જે ઊર્જા હાથમાં ઉદ્દભવી હતી, લાતમાં પણ જાગી હતી, તે બહાર નીકળી શકી નહી, તો હાથમાં, ટાંગમાં ગાંઠ બની ગઈ. એ કારણે જ ઓશોએ ધ્યાન વિધિઓની રચના કરી. સ્નાયુઓમાં ગાંઠ બનેલી ઊર્જા વિસર્જિત કરે છે, આની ચર્ચા આપણે આગળ કરીશું. જે ગાંઠો બની ગઈ છે, એને કારણે આપણું શરીર અને સ્નાયુઓ એક ખાસ પ્રકારનું રૂપ ધારણ કરી લે છે. એ કારણે જાણકાર શરીરની બનાવટને જોઈને જ તમારા વ્યક્તિત્વને સમજી જાય છે.

૩. અન્ય લક્ષણ : તણાવના પ્રભાવને કારણે સ્નાયુતંત્રમાં કંપન, તથા રક્તમાં એક વિષાક્ત પદાર્થ જેને શરીરમાંથી ગ્રંથિઓ (વિશેષરૂપે એડરનિલ) છોડે છે, અને અમુક ગ્રંથિઓ બરાબર રીતે કાર્ય કરી શકતી નથી. માથાનો દુ:ખાવો,ખભાનો દુ:ખાવો તથા સ્પોન્ડિલાઈટ્સ જેવાં લક્ષણો પ્રગટ થાય છે. આ સિવાય વ્યક્તિ ચીડિયા સ્વભાવ વાળી બની જાય છે. ચિંતામાં ભુલકણાં બની જાય છે. ઊંઘ ઓછી થઈ જાય છે. ઝડપથી નિર્ણય લેવાની ક્ષમતા ઓછી થવા લાગે છે. માથામાં ચક્કર આવે છે, એવો અનુભવ થવા લાગે છે. તણાવ રહેવાને વધારે કારણે ક્રોધ આવશે અને બીજાઓ પ્રત્યે આક્રમક વ્યવહાર કરવા લાગશે. કોઈ કામ કરવાની તેને ઈચ્છા જ નહીં થાય.વારંવાર બીડી- સિગારેટ કે ચ્હા પીવાની ઈચ્છા તલપ લાગશે. વારંવાર મૂત્રત્યાગ માટેની હાજત થયા કરશે.તેની દૈનિકચર્યા અસ્તવ્યસ્ત બની જશે. દાંતથી નખ ચાવ્યાં કરશે. ખાલી ખાલી બેઠા બેઠા પગને હલાવ્યા કરશે. રડવું અને બૂમાબૂમ કરવી પણ થઈ શકે છે. હાથ કાંપવા લાગે છે. સ્ત્રીઓમાં માસિક ધર્મની અનિયમિતતા શરૂ થઈ જશે. પાચન મંદ પડી જશે, રક્તનો સંચાર સુવ્યવસ્થિત રીતે થશે નહીં.

જ્યારે વ્યક્તિ અધિક તણાવમાં આવી જાય છે ત્યારે તેનું મન પોતાને બચાવવા માટે શરીરમાં રોગને ઉત્પન્ન કરવા લાગે છે. જેમ કે કહેશે કે માથામાં દુ:ખે છે, છાતીમાં દુ:ખી રહ્યું છે, આવી રીતે વારંવાર કહેવાને કારણે તેને આત્મ-સમ્મોહન થઈ જાય છે અને તેના દુ:ખાવા ખોટાં હોવા છતાં પણ બધાં જ લક્ષણો દેખાડે છે.

અમારા એક મિત્ર જેમને કાયમ દુ:ખાવાની ફરિયાદ રહ્યા કરતી હતી, તેમણે બધાં જ પ્રકારની તપાસ કરાવી પરંતુ કયા કારણોસર આવું બને છે તેના કારણોની ખબર પડી નહીં. એક વાર પંદર દિવસ પછી તેઓ મારી પાસે આવીને રોકાયા. થોડા દિવસો પછી તેઓ એક સાંજે મને કહેવા લાગ્યા. હવે મને દુ:ખાવાની શરૂઆત થઈ રહી છે, મેં તેમને પૂછ્યું હવે તમે દુ:ખાવો અનુભવી રહ્યા છો? પરંતુ તમને તો પરમ દિવસના બપોરથી જ દુ:ખાવાની શરૂઆત થઈ ગઈ હતી, મેં તેમને કહ્યું. જ્યારે આપણે વાતચીત કરી રહ્યા હતા ત્યારે તમને કોઈ જ ઉત્તર આપી શક્યા નહોતા. તમે વ્યાકુળ થઈ ગયા હતા. તમે કાયમ

સમસ્યાથી બચવા માટે બહાના બનાવવા લાગો છો. દુઃખાવો કંઈ થતો નથી, જો તમે દુઃખાવાનું બહાનું બનાવ્યું તો ન તો હું આપને કોઈ દવા લાવીને આપવાનો છું ન તો તમારી પર વિશેષ ધ્યાન આપનાર છું. આ બહાના તમે તમારી પત્ની અને બીજા કોઈને બતાવજો. તમે સમસ્યાથી બચવા માગો છો, જ્યારે સમસ્યા કોઈ ખાસ હોતી નથી. તમે સંકલ્પ કરો કે હું આગળ હવે સમસ્યા સામે ઝઝૂમીશ, બચવાનો પ્રયત્ન કરીશ નહીં. એ રાત્રે તેમને કોઈ જ પ્રકારનો દુઃખાવો થયો નહીં તથા આ વાતને ૧૦ વર્ષ પણ વીતી ગયાં, ન તો પછી તેમને માથાનો દુઃખાવો થયો છે. વળી પાછા એક વાર મારે ત્યાં આવ્યા અને કહેવા લાગ્યા કે ડૉક્ટર એમ કહે છે કે સુગરની તપાસ કરાવો. મેં તેમને કહ્યું હવે તમારું મન એક નવું બહાનું શોધી રહ્યું છે. તપાસ ન કરાવી અને જે લક્ષણો પ્રગટ થઈ રહ્યાં હતાં, તે પણ ચાલ્યાં ગયાં.

મન અને શરીર એક બીજાને પ્રભાવિત કરે છે. મન પોતાને તણાવથી બચાવવા માટે શરીરમાં રોગને ઉત્પન્ન કરે છે. અનુભવોની આ બાબત સિદ્ધ થઈ ગઈ છે કે ઉચ્ચ રક્તચાપ, કેન્સર, શુગર, લકવો, અસ્થમા, મેદસ્વીપણું, પેટનું અલ્સર, અનિદ્રા, કિડની ફેલ્યોર, મગજની ખરાબી, બેચેની વ્યાકુળતા રહેવી, અજ્ઞા ભય, વિક્ષિપ્તતા ઈત્યાદિ બીમારીઓના મૂળ કારણ છે માનસિક તણાવ. ઉચ્ચ રક્તચાપના કારણે હાર્ટ એટૅક, હાર્ટ ફેલ્યોર થવું ઈત્યાદિ સમસ્યાઓ થાય છે.

હાર્ટએટૅક અધિકતર પુરુષોમાં જ શા માટે જોવા મળે છે?

સ્ત્રીઓ પોતાની અંદરના તણાવ, વિક્ષિપ્તતા, ક્રોધ ઈત્યાદિ રડીને બહાર કાઢી નાખે છે અને જે થોડું ઘણું બચી જાય તે માસિક ધર્મના દિવસોમાં નીકળી જાય છે. પુરુષો માટે રડવું શક્ય નથી બનતું, એ કારણે તેમને તણાવ, ક્રોધ બધું જ ભેગું ઈ જાય છે. પરિણામ સ્વરૂપ હાર્ટ એટૅક આવે છે. અનેક સ્ત્રીઓને માસિક ધર્મ દરમિયાન ઘણી તકલીફો આવે છે. કારણ ? આખો માસ તણાવ ભેગો થઈ જાય છે. જ્યારે પણ સ્ત્રીઓ રડવા ઈચ્છે પણ ન રડી શકે ત્યારે તણાવ ભેગો થઈ જાય છે. એને કારણે માસિક ધર્મ અનિયમિત બની જાય છે અને અત્યંત વેદનાયુક્ત બને છે, કારણ કે માસિક ધર્મના માધ્યમથી એકઠો થયેલો તણાવ બહાર જવાનો પ્રયાસ કરે છે.

તણાવથી પીડિત વ્યક્તિ શું કરે છે?

જે લોકો તણાવને કારણે દુઃખી બની જાય છે, સમસ્યાની સાથે લડવાનું સાહી ભેગું કરી શકતા નથી તથા જીવનમાંથી તદ્દન આશા ગુમાવી દે છે, તેઓ પોતાની જીવનલીલા સંકેલી લેવાનો પ્રયાસ કરે છે, એટલે કે આત્મહત્યા કરે છે.

બીજા પ્રકારના લોકો જેઓ આત્મ હત્યા કરવાનું સાહસ કરી શકતા નથી, તેઓ માદક દ્રવ્યોનું સેવન શરૂ કરી દે છે અને ત્રીજા પ્રકારના લોકો

ડૉકટરો દ્વારા બતાવવામાં આવેલી દવાઓનું સેવન કરતા કરતા પોતાના જીવનને આગળ ધકેલતા રહે છે.

પરંતુ આ ત્રણે ઉપાય અનુચિત છે. આત્મ હત્યા સમસ્યાનું સમાધાન છે જ નહીં, શા માટે? એક વાર તમારા અંતઃકરણમાં એ ભાવ ઠસી ગયો કે જ્યારે પણ સમસ્યાઓ આવે ત્યારે તેનાથી છુટકારાનો ઉચાય છે આત્મ હત્યા, તો દરેક જન્મમાં પરિસ્થિતિઓ અનુકૂળ નહીં હોય, સમસ્યાઓથી છૂટવા માટે ના કોઈ પણ ઉપાયોની શોધ કરી શકશો નહીં, તો તમે આત્મ હત્યાના વિચારો કરશો જ. આ જન્મમાં જ્યારે પણ આત્મ હત્યાના વિચારો આવે તો સમજી જાઓ કે તમે પાછલા જન્મમાં પણ આત્મ હત્યા જ કરી હશે. આ વખતે તેનાથી બચો. સમસ્યાઓની સાથે લડીને આ પ્રવૃત્તિમાંથી છુટકારો મેળવી લો.

શરૂઆતમાં માદક દ્રવ્યોના સેવનથી તમે થોડી ઘણી રાહત મેળવી શકશો. ધ્યાન રાખો કે આ ખોટી રાહત હશે. જેવા તેમે એના કેફ કે નશામાંથી બહાર આવશો, નશાનો પ્રભાવ ઓછો થઈ જશે તો તમને લાગશે કે સમસ્યા અધિક વિરાટ બની ગઈ છે. સમસ્યા તો ત્યાંની ત્યાંજ રહે છે, પરંતુ એ નશાના પ્રભાવને કારણે આપણે ચોક્કસ પણે નબળાં બની જઈશું. સમસ્યાને પહેલાંથી વધારે મોટી દેખાવાને કારણે આવી વ્યક્તિ કાયમ નશામાં રહેવાનું પસંદ કરે છે.

ડૉક્ટરોની દવાઓ જીવનરૂપી ગાડીને ખેંચી તો રાખે છે પરંતુ આજુ બાજુ માં રહેલાં તમામ વ્યક્તિઓ અત્યંત સાવધાની રાખવી પડે છે, અમુક બાબતો તેમને જણાવી ન જ શકાય. કોઈ પણ એવી બાબત જે આઘાત નજક હોય તેમના હૃદયને ઠેસ પહોંચાડે અને કદાચ સમયસર દાક્તરી સારવાર ઉપલબ્ધ ન થયે રામ-નામ સત્ય પણ થઈ જાય.

માનસિક રૂપે કેટલાંક વિક્ષિપ્ત લોકો ધાર્મિક આગેવાનો કે રાજનેતાઓ બની જતા હોય છે. જેઓ હંમેશાં લોકોની ભાવનાઓને ઉશ્કેરવાનું કાર્ય કરતા રહેતા હોય છે. ક્યારે ધર્મના નામે કે સંપ્રદાયના નામે મંદિર - મસ્જિદને તોડાવવાનું કામ કરે છે. એક સંપ્રદાયના લોકોને સંગઠિત કરીને બીજા સંપ્રદાયના લોકોની વચ્ચે ઝગડાઓ કરાવે છે. આજ સુધી સૌથી અધિક હત્યાઓ ધર્મના પ્રસારના નામે કરવામાં આવેલી છે. તથા ધર્મ ખતરામાં છે (એટલે કે તેઓની નેતાગીરી) બચાઓ, ઈત્યાદિના સૂત્રોચ્ચારોના કારણે થયેલી છે. તણાવ ગ્રસ્ત વ્યક્તિ તોડવા ઈચ્છે છે. તેમને માત્ર બહાનાઓ જ જોઈતાં હોય છે. ક્યારેક જાતિ અને ધર્મના નામે અને ક્યારે દેશ-ભૂમિના નામે.

ઓશો કહે છે, “રાષ્ટ્ર પ્રેમ યુદ્ધોમાં દોરી જાય છે. ભાઈ ભાઈનો પ્રેમ અદાલતમાં દોરી જાય છે. તમારો પ્રેમ કેવો છે કે દુનિયા નરક બની ગઈ છે. તમે મંદિરને પ્રેમ કરો છો, તો મસ્જિદ સળગે છે, અને બીજું કંઈ થતું નથી. મસ્જિદને પ્રેમ કરો છો તો મંદિરને તોડવામાં આવે છે અને બીજું કંઈ થતું નથી.”

૭

તણાવથી રાહત કેવી રીતે મેળવશો?

તણાવના કારણોમાં જ તેનો ઈલાજ છુપાયેલો છે. કેવી રીતે? તણાવના કારણો પર જો ધ્યાન આપીએ તો વાસ્તવિક ઇલાજ પણ સરળતાથી થઈ શકે છે, થોડી સમજદારી આવશ્યક છે, વાત સમજમાં આવતાં જ તણાવ રહેતો નથી. કારણ કે આપણે બીજાની ભૂલોને જ જોવા માટે ટેવાટેલા છીએ, જો કોઈ આપણી તરફ અંગુલિનિર્દેશ કરે એટલે કે પોતાની જ ભૂલોને ઓળખવાની અને તેને સ્વીકારી લઈએ તો તણાવ થઈ જ શકે નહીં.

૧. પહેલું કારણ -

આપણે જોયું કે પ્રત્યેક વ્યક્તિ એવું સમજે છે કે હું તો હંમેશાં બરાબર જ છું, બધાં મારી ઈચ્છાનુસાર જ કાર્ય કરે. ધ્યાન આપો, આવું વિચારવું ક્યાંક મૂળભૂત રીતે અનુચિત તો નથી ને, આ આપણો મિથ્યા દૃષ્ટિકોણ તો નથી ને? જ્યારે દરેક વ્યક્તિ આ પ્રમાણે વિચારવા લાગે કે હું બરાબર જ છું તો જેની પાસે તમે આ અપેક્ષા કરી રહ્યા છો કે મારી ઈચ્છાનુસાર તે કરે, તો એ પોતાને બરાબર સમજતા હોય છે. જો આ વાતને ધ્યાનમાં લઈએ, પોતાની ઈચ્છાને લાદવાનો પ્રયત્ન ન કરીએ, પ્રભાવ જમાવવાનો પ્રયત્ન ન કરીએ, બીજાની સલાહને પણ આદર આપીએ, હળી મળીને નિર્ણય કરીએ, પ્રત્યેક પાસાંઓને સમજવાનો પ્રયત્ન કરીએ તો ન તો તમારા અહંકારને ઠેસ વાગશે ન તો તમને કોઈ પણ પ્રકારનો તણાવ થશે નહીં. બળકોને પણ માન આપો. બાળકો અત્યંત સમજદાર હોય છે, જો તેમને પ્રેમથી દરેક વાના પાસાંઓને સમજાવવાનો પ્રયાસ કરવામાં આવે તો તેઓ સમજી જાય છે, આપણે મોટા છીએ, એ માટે તેઓએ અમારી વાત માનવી જ જોઈએ, આવો જ આપણો પ્રયાસ રહેતો હોય છે. અને તેથી બન્નેના અંહકાર વચ્ચે ઘર્ષણ થવા લાગે છે, જો કે સમયની સાથે એ ઘર્ષણ વધતું જ જાય છે. સમયસર જો બધું સાચવી લેવાય તો આવનાર સમયમાં ઘર્ષણ નહીં થાય, સમજદારી જ વધારે લાભકારક સાબિત થાય છે.

કંઈક બનવાની ઈચ્છા - બાળકોને સમજવાનો પ્રયત્ન કરો, પરંતુ તેમની મરજી કઈ તરફ છે, તે શું કરવાનો પ્રયાસ કરે છે, તેની સ્વતંત્રતા આપણે તેઓને આપીએ. આપણે જાણીએ છીએ કે તેઓ યથોચિત નિર્ણય લઈ શકતાં નથી. તો પછી આપણે તેઓને એક મિત્રની જેમ દરેક પાસાંઓ અંગે તેઓને સમજાવીએ અને તેમને નિર્ણય લેવાની છૂટ આપીએ. આપણે ડૉક્ટર કે ઈજનેર બનવા ઈચ્છતા હતા, ન બની શક્યા. પોતાની ધારણાઓ અને ઈચ્છાઓ તેઓના પર લાદવાનો પ્રયાસ ન કરીએ, તો કેવી તણાવ આવી શકે? જો કાલે બાળક પોતાના પ્રયત્નોમાં સફળ નથી બની શકતું, તો તેને મહેણાં-ટોણાં ન મારીએ,પરંતુ તેને સહાયરૂપ થવાનો પ્રયત્ન કરીએ. આમ કરવાથી તેઓ દુઃખી નહીં થાય, તણાવમાં નહીં આવે.

કંઈક મેળવવાની ઈચ્છા - કૃષ્ણએ ગીતામાં કહ્યું છે કે કર્મ કરો, ફળની ઈચ્છા ન કરો. આનું તાત્પર્ય શું છે. કૃષ્ણના શિક્ષણનું એટલું જ તાત્પર્ય છે કે આપણે એ જ પ્રાપ્ત કરીએ છીએ, જેટલી આપણી પાત્રતા હોય છે. કર્મ કરશો, ફળ અવશ્ય મળશે, ત્યારે જ્યારે આપણી પાત્રતા હશે. આપણે ઘણી વાર એવા વિચાર કરીએ છીએ, આપણે આટલું બધું કર્મ કરીએ છીએ, પરંતુ ફળ તે પ્રમાણેનું મળી રહ્યું નથી. મળે છે, પરંતુ આપણા માપદંડમાં ફરક હોય છે, પરમાત્માના ફળ આપવામાં નહીં. લક્ષ્ય સીમિત હશે, તો તણાવ પણ સીમિત જ રહેશે. કહેવાય છે, "સંતોષી નર સદા સુખી". સંતોષ બે પ્રકારના હોય છે, એક શિયાળ જે દ્રાક્ષવેલાની દ્રાક્ષાઓ સુધી ન આંબી શક્યું અને કહેવા લાગ્યું કે દ્રાક્ષ તો ખાટી છે. આ સંતોષ નથી. પરમાત્મા પર શ્રદ્ધા હોય કે જે પણ મારી જરૂરિયાત હશે, પરમાત્મા આપશે જ. આપણે ખબર નહીં શું શું ઈચ્છીએ છીએ, પરંતુ આપણે તેની જરૂર કે આવશ્યકતા હોતી નથી. જ્યારે આપણી ચાહના કે અપેક્ષા સંતોષાતી નથી, ત્યારે તણાવ ઉદ્દભવે છે. કહેવાય છે, તું છે, અમારી માગણીઓ પૂરી કર, માગણીઓ પૂરી થતી નથી, તો કહેવા લાગીએ છીએ કે તું છે જ નહીં. આકાંક્ષાઓને સીમિત રાખીએ તો શરીર પર, મગજ પર કામનો વધારે બોજો વહન કરવો પડશે નહીં. જેટલો અધિક બોજો, એટલો અધિક તણાવ. જે પણ મળે છે એનાથી તૃપ્તિ, કોઈ ફરિયાદનો ભાવ નહીં તો જ પરમાત્મા પર પૂર્ણ શ્રદ્ધા જ રચનાત્મક સંતોષ છે.

ઈચ્છાનું પૂર્ણ થવું - આપણે ચાહીએ છીએ કે પરમાત્મા આપણી ઈચ્છા કરતાંની સાથે જ પૂરી કરી દે. એ કરી પણ શકે છે. ક્યારેક ક્યારે કરે પણ છે, પરંતુ હંમેશાં નહીં. જો પૂર્ણ કરતા નથી તો પૂર્ણ શ્રદ્ધા વાળા સમજી જાય છે કે કદાચ આ ઈચ્છાની પૂર્તિ ન હોવામાં જ ભલાઈ છે. એક વાર્તા લખું છું, કદાચ સમજમાં આવી જાય કે પરમાત્મા શા માટે તત્કાળ ઈચ્છા પૂરી કરતા નથી?

એક વ્યક્તિ જંગલમાં જઈ રહ્યો હતો, થાકી ગયો. એક વૃક્ષ નીચે વિશ્રામ માટે થોભ્યો. તરસ લાગી પાણી પીવાની ઇચ્છા કરી, પાણી આવ્યું, પાણી પીધું. હવે એને ભૂખ લાગી અને સ્વાદિષ્ટ ભોજન ખાવાની ઇચ્છા થઈ, ભોજન આવી ગયું, તેણે ખાધું. એ તૃપ્ત થઈ ગયો. ભરપેટ ભોજનને કારણે આળસ આવી, ઇચ્છા પ્રગટ કરી કે સરસ નરમ પથારી વાળો પલંગ મળી જાય તો થોડો આરામ કરી લઉં. સરસ નરમ પથારી વાળી પલંગ પણ આવી ગયો. એ તો લાંબો થઈને સૂઈ ગયો. સૂતાં સૂતાં વિચારવા લાગ્યો કે શું વાત છે આવા ગાઢ જંગલમાં ભોજન-પાણી મળ્યાં, પલંગ પણ આવી ગયો, અહીં ક્યાંક કોઈ ભૂત-પ્રેત તો નહીં હોય ને જે મને ક્યાંક આવીને મને ખાઈ ન જાય. એ ભૂલથી એક કલપવૃક્ષની નીચે હતો, તેની દરેક ઇચ્છાઓ પરિપૂર્ણ થઈ, તો "ભૂત પ્રેત પણ પ્રગટ થઈને તેને ખાઈ ગયા."

ક્યાંક તમારી સાથે ભૂલેચૂકે પણ આ પ્રમાણે બને, તો ધ્યાન રાખજો કે તમારી સાથે પણ આ પ્રમાણે બની શકે છે.

ઓશો એ એક બીજી વાર્તા પણ સંભળાવી છે :

"એક મહાત્માએ એક વ્યક્તિને જણાવ્યું કે આ મંત્રનો જાપ ત્રણ મહિના સુધી સતત કરો, પરમાત્મા પ્રગટ થઈને વરદાન આપશે. એ વ્યક્તિને વિશ્વાસ તો નહોતો પણ છતાં મહાત્માના કહેવાને કારણે તે મંત્ર જાપ કરવા લાગ્યો. સતત ત્રણ મહિના સુધી જાપ કર્યાં પછી તેના પ્રભાવેને કારણે પરમાત્મા પ્રગટ થયા અને કહેવા લાગ્યા કે ત્રણ વરદાન માગી લે. તેને જો વિશ્વાસ હોત તો તે અગાઉથી વિચારી રાખત કે શું માગવાનું છે. એ તો તત્કાળ ઘર તરફ ભાગ્યો, પત્નીને પૂછવા લાગ્યો કે પરમાત્માએ સ્વયં વરદાન માગવાનું કહ્યું છે, માગી લે જે માગવું હોય. તેની સ્ત્રીએ કહ્યું એક કઢાઈ નથી, એ જ માગી લો. તત્કાળ કઢાઈ પ્રગટ થઈ. એ વ્યક્તિને પોતાની પત્ની પર અત્યંત ક્રોધ આવ્યો, અને પોતાનું માથું પીટવા લાગ્યો અને કહેવા લાગ્યો મૂરખ સ્ત્રી, શું માગી લીધું, એ કરતાં તો સારું થાત કે મરી જાત અને તત્કાળ પત્ની મરી ગઈ. પરમાત્માએ કહ્યું હવે ત્રીજું વરદાન માગી લે. ત્યારુ તે વ્યક્તિ કહેવા લાગ્યો મારી પત્નીને હવે જીવિત કરી આપો. તેને કઢાઈ તો મળી અને કહેનારને મૃત્યુ."

જો આપણે આ સમજી લઈએ કે હું હરહમેંશ બરાબર ન પણ હોઈ શકું, કદચ બીજા પણ બરાબર હોઈ શકે છે. હળીમળીને નિર્ણય કરો તો અહંકારને આઘાત પહોંચશે નહીં. બીજું એ કે આપણે કંઈ બનવા ઇચ્છતા હતા, પૂરો પ્રયત્ન કરો, અને જો નથી બની શક્યા તો તેને પરિપૂર્ણ કરવા ન તો પોતાના દીકરા પર પોતાની ધારણોને લાદવાનો પ્રયત્ન કરો અને પરમાત્મા પર પૂર્ણ શ્રદ્ધા રાખો, જે

પણ જરૂરિયાત હશે એ પૂર્ણ કરે, એ ભાવથી સંતોષ રહેશે. એટલે કે અહંકારને પોષણ આપનારાઓને ધ્યાનમાં રાખો તો તણાવ નહીં થાય.

દુઃખથી મુક્ત થવા માટે આપણે આપણી વાસનાઓને ઓળખવી પડશે. જેટલી ઓછી વાસનાઓ, એટલું ઓછું દુઃખ. વાસનાઓને સમજો તથા તેને સીમિત રાખો. અહંકારને ઓળખવો પડશે. અહંકારને પોષનારાઓથી બચવું પડશે. કારણ કે સુખી અને આંનદિત જ એ કારણે છે કે તેઓ અહંકાર ખોવાઈ ગયો છે. જ્યારે આપણે મોકળા મને હસીએ છીએ, ત્યારે આપણા સમસ્ત પ્રાણોમાંથી આપણો અહંકાર, તણાવ ઓગળી જાય છે. અહંકાર સિવાય પણ આપણે જીવી શકીએ છીએ, થોડો પ્રયાસ કરવો પડશે, સજાગ રહેવું પડશે.

આનંદમાં, હાસ્યમાં આપણે અહંકારને વીસરી જઈએ છીએ, એ જ કારણે ઓશો કહે છે : "નાચો, ગાઓ, આનંદ મનાવો." આને જ ધ્યાન બનાવો.

૨. બીજું કારણ -

બીજામાં સુખને શોધવું - પ્રત્યેક વ્યક્તિ જ્યારે બીજામાં સુખને શોધવાનો પ્રયત્ન કરે છે તો તેનું એટલું જ તાત્પર્ય થાય છે કે તેની પોતાની પાસે સુખ નથી. આને આવી સમજીએ કે પત્ની તમારી પાસે માંગી રહી છે, કે સુખ આપો, તમે પત્ની પાસે માંગી રહ્યા છો. તો સુખ આપશે કોણ? બન્ને માંગનારાઓ જ છે, આપનાર કોઈ નથી, દાતા તો કોઈ પણ નથી, બન્ને ભિખારી છે. તો તમારી ઝોળી પણ ખાલી છે, તો ક્રોધ આવે છે. લાગે છે કે દગો કરવામાં આવ્યો છે. દગો કોઈને કર્યો નથી. બન્ને મળીને દુઃખી રહેવા લાગ્યા તો દુઃખ બમણું થઈ ગયું તો સુખની આશા રાખવી જ વ્યર્થ છે કે બીજાથી તેઓએ સુખ પ્રાપ્ત થશે. એવું પણ વિચારવું કે પસંદગી ખોટી થઈ ગઈ છે, બરાબર નથી; કારણ કે તમે જો કોઈ બીજાને પણ પસંદ કરત તો પણ આવી જ હાલત રહેવાની હતી. મૂળભૂત રીતે એ સમજી લો કે બીજું એટલે કે પતિ કે પત્ની ધન કે પદમાં સુખ મળવાનું નથી.

બીજા પાસે અપેક્ષા રાખવાની છોડી દો - બીજું કોઈ તમને કંઈ આપશે, તેવી અપેક્ષા રાખવાની છોડી દો. એટલે સુધી કે મંદિર, મસ્જિદ, ગુરુદ્વારા કે દેવળમાં પરમાત્મા પાસે અપેક્ષાઓ લઈને જ જઈએ છીએ. મનોકામનાઓ જ્યાં પણ પૂર્ણ થઈ શકે છે, એ તમામ સ્થળોએ નિઃસંકોચ જઈએ છીએ. હિંદુ - શીખ ઈત્યાદિ પીરોની દરગાહો પર જવામાં પણ ખચકાતા નથી. એક જગ્યાએ જો મનોકામના પૂરી થઈ શકતી નથી તો બીજી જગ્યાએ જાય છે. અને બીજી જગ્યાએ આપણે ત્યાં સુધી રોકાઈએ છીએ, જ્યાં સુધી મનોકામના પૂરી ન થઈ જાય. એવું કહે છે કે મારો વિશ્વાસ ત્યાં જામી ગયો છે અથવા તો મને તેના પર ભરોસો બેસી ગયો છે. પરંતુ જ્યારે મનોકામનાઓ પૂરી થવાની બંધ થઈ જાય છે તો શું? પરંતુ આ આપણે ક્યારે પણ વિચારવા કે સમજવાના પ્રયાસ કરતા

નથી કે જ્યારે મનોકામનાઓ પૂરી થઈ પણ ગઈ તો શું તણાવમાંથી મુક્તિ પ્રાપ્ત થઈ ગઈ છે?

૩. ત્રીજું કારણ -

વર્તમાનમાં ન જીવવું તણાવ ઉત્પન્ન કરે છે : મનુષ્ય ભૂતકાળ એટલે કે પશુતા અને ભવિષ્ય એટલે પરમાત્માની વચમાં છે એટલા માટે દ્વંદ્વ યુદ્ધમાં કે સંઘર્ષમાં જીવે છે. પશુતા એટલે કે વાસનાઓ, કામ,ક્રોધ, મોહ, અહંકારમાં હોવું, એટલે કે એ આપણું અતીત એટલે કે ભૂતકાળ છે. ભૂતકાળ એટલે કે નીચે ઉતરવું અને મનુષ્ય એ જ કરે છે પરંતુ પરમાત્મા બનવા ઈચ્છે છે. માર્ગ મળતો નથી. ભૂતકાળને વીસરી જાઓ, ભવિષ્યની કલ્પનાઓ ન કરો, વર્તમાનમાં જીવો તો તણાવ ઓછો થઈ જશે. ચિંતા-તણાવ બહાર દેવા માટે આપણે એક જ માર્ગ સેકસ જ નજરે પડે છે. નીચે જવા માટેની જુની પુરાણી ટેવ અને ૯૯ પ્રતિશત મનુષ્ય આ જ પ્રમાણે કરી રહ્યા છે, ઉપર જવાનો તો તેમને વિચાર જ આવતો નથી.

એક પરિસ્થિતિ આવશે એમાં આપણે શું કરવું જોઈએ, એનો નિર્ણય આપણે પહેલાં જ કરી લઈએ છીએ, એટલે કે શાસ્ત્રોમાંથી ઉધાર લઈએ છીએ છતાં પણ ભૂતકાળમાં જ જીવીએ છીએ. એક રાજા એક ગામની મુલાકાત લેવાના હતા. ત્યારે એક માણસ કે જે થોડો ઘણો સમજદાર હતો, તેને વાતચીત માટે તૈયાર કરવામાં આવ્યો. રાજા તમારું નામ પૂછશે, પછી તમારા કામ વિશે પૂછશે. તેણે બધું સારી પેઠે ગોખી લીધું. પરંતુ જ્યારે રાજા આવ્યા ત્યારે તેમણે પૂછ્યું કે શું કામ કરો છો, ત્યારે તેણે જે ઉત્તરો ગોખ્યા હતા બધાં નકામા થઈ ગયાં. જેવી પરિસ્થિતિ હોય તે પ્રમાણે, આપણે નિર્ણયો લેવા જોઈએ. એક ચોરનો પુત્ર યુવાન થયો, તેણે પોતાના પિતાને પૂછ્યું, મને પણ કામ શિખવાડી દો. તેણે તેને કહ્યું - હું તો ચોરી કરું છું. પુત્રએ કહ્યુ - મને એ જ શિખવી દો. રાત્રે તેઓએ એક ઘરમાં ખાતર પાડ્યું, તેઓ એક ઓરડામાં ગયા ત્યારે તેના પિતાએ કંઈક સામાન પછાડ્યો. દરવાજો બંધ કરીને નાસી ગયો, દીકરો અંદર જ ફસાઈ ગયો, એકાદ કલાક પછી દીકરો ઘેર પાછો આવ્યો અને આવતાંની સાથે પોતાના પિતા પર નારાજ થઈ ગયો. પિતાએ કહ્યું - શું થયું? દીકરાએ કહ્યું - જેવી એક સ્ત્રી દીવો લઈને આવી, હું દરવાજાની પાછળ સંતાઈ ગયો. એ સ્તી દરવાજો ખોલીને અંદર આવી એટલે મેં ફૂંક મારીને તેનો દીવો હોલવી નાખ્યો અને નાસીને ઘેર પાછો આવી ગયો. પિતા કહે છે - આ પ્રથમ પાઠ હતો, હવે સૂઈ જા. વર્તમાનની પરિસ્થિતિ પ્રમાણે નિર્ણય લેવાં એ જ વર્તમાનમાં જીવવું છે. ઓશો કહે છે, મનુષ્યએ વધારેમાં વધારે ચાર ડગલાં સુધી જોવું જોઈએ એથી આપણે અનંત માઈલો સુધી ચાલી શકીએ છીએ.

પરિસ્થિતિઓ નવી છે, નવા ઉત્તરોની શોધ કરવી પડશે. શાસ્ત્રોમાં જે ઉત્તરો આપવામાં આવેલાં છે, એ સમયને અનુરૂપ અપાયાં હતાં, આજે ન તો એ પરિસ્થિતિઓ છે, ન તો એ મનુષ્ય. મનુષ્યની ચેતનાનો ઘણો વિકાસ થઈ ગયો છે. આદિમકાળના ઉત્તરો અત્યારે કામ નહીં લાગે. લાખ શાસ્ત્રોને ખંગાળશો, કંઈ થવાનું નથી. ગીતા! કૃષ્ણએ અર્જુન માટે કહી હતી. ન તો આજે અર્જુન છે ન તો યુદ્ધનું મેદાન. વર્તમાન, એટલે કે સદ્‌ગુરુ જ યોગ્ય માર્ગ દર્શાવી શકે છે.

૪. ચોથું કારણ -

આપણે અનુભવ્યું છે કે જેટલો અધિક મોહ એટલું અધિક એટલે કે એના ગુણોત્તરમાં દુઃખ, તણાવ, પીડા હશે. આને આવી રીતે સમજો કે તમારે બે પુત્રો છે, એકની ઉપર તમને અધિક મોહ છે. તમે તેની અધિક ફિકર કરશો, કે તે વધારે ભણે, એક મોટો અફસર બને, મોટા પદ પર પહોંચે અથવા તો ખૂબ ધન કમાય. તમે તો તેની ફિકર કરી લીધી. પરંતુ પુત્ર તો કવિ બનવા ઇચ્છે છે, ચિત્રકાર બનવા ઇચ્છે છે. તમારો તણાવ વધી ગયો કે મારું નામ ધૂળમાં મેળવી દેશે. ભૂખે મરશે. બીજો દીકરો સારું ભણે છે પણ તમે તેની એટલી ચિંતા કરતા નથી, જેટલી જેના પર વધારે મોહ છે તેની કરો છો. તમને જેના પર અધિક મોહ છે તેની જ અધિક ચિંતા કરશો તેની જ ફિકર કર્યા કરશો અને તણાવને વધાર્યા કરશો. આ તમે તમારા પોતાના જીવનમાં, પરિવારમાં કે અડોશ પડોશમાં જોયું જ હશે કે આ જ પ્રમાણે થઈ રહ્યું છે.

પરિવારમાં પતિ છે, પત્ની છે, બાળકો છે સંગાથ થઈ ગયો છે, એક બીજાની સાથે રહો, એક બીજાનું ધ્યાન પણ રાખો, પરંતુ કોઈના મોહના બંધનમાં ન બંધાઓ તો તણાવ નહીં થાય.

૫. પાંચમું કારણ -

આપણે હંમેશાં જોયું છે કે બીજા મારા વિશે શું વિચારે છે. તેમની મારા પ્રત્યેની કેવી ધારણાઓ છે, આમ કરીશ તો લોકો શું કહશે? મંદિરમાં જાઉં, દુકાન પર કે ઘર માળા ફેરવતો રહું જેથી લોકો મને ધાર્મિક સમજે. જ્યાં સુધી આપણી દ્રષ્ટિ બીજાઓની પ્રતિક્રિયાઓ ઉપર છે, તો જાણી લો કે આપણે સુખી કે દુઃખી થવું બીજાની વિચારસરણી પર જ નિર્ભર છે, તો તમે તમે જાણી લો કે તમે દુઃખી જ રહેવાના છો. ક્યારે પણ સુખી બની શકતા નથી. એક પુરાણી કથા જે શિવ-પાર્વતી અને નંદી બળદની છે, તે તમે સાંભળી હશે. લોકોની પ્રતિક્રિયાને કારણે તેઓએ કેવા કેવા સ્વાંગ ધરવા પડ્યા હતા. અંતતઃ તેમણે નંદીથી હાથ ધોઈ નાખવા પડ્યા. જૂઠ્ઠા અને ઉધારનું વ્યક્તિત્વને ત્યજી દેવાનું

સાહસ તાણવમુક્ત થવાનો પ્રથમ પ્રયાસ હશે. બીજાઓની ધારણાઓની પરવા ન કરતા જીવશો તો તણાવ થશે જ નહીં. નો શા માટે બીજાઓની ધારણાઓને સાચવ્યાં કરશો? સ્વયંને જાણવનો અને સમજવાનો પ્રયત્ન કરો. આપણે પોતે જેવા છીએ, તેવાં આપણે આપણો પોતાનો સ્વીકાર કરતા શીખી લઈએ. બીજાઓની ધારણાઓને એકબાજુ પર મૂકીને તમે દુઃખમાંથી મુક્ત બની શકો છો.

૬. છઠ્ઠું કારણ -

આપણે જોયું કે હીન ભાવના, જેના મનમાં આવે છે, તે હંમેશાં તણાવમાં રહે છે. શા માટે? પોતાને શ્રેષ્ઠ સાબિત કરવા એ કંઈ પણ કરશે. તેને કાયમ બધું ઓછું જ લાગશે. અને એ વધારે ને વધારે પ્રયાસ કરશે પોતાને અધિક શ્રેષ્ઠ સિદ્ધ કરવા માટે, એને એ પણ ઓછું જ લાગશે. આપણે આપણી જાતને સમજીએ, બીજા તમને શ્રેષ્ઠ માને; એવી ચિંતા ન કરો. તમે પોતે જેવા છો, એવા પોતાની જાતનો સ્વીકાર કરતાં શીખી જાઓ, તો તણાવ થવાનો પ્રશ્ન જ નહીં થાય.

હીન ભાવનાથી ઊંચે ઊઠવા માટે આત્મવિશ્વાસને જગાડવાનો છે. આત્મ વિશ્વાસને જગાડવા માટે ધ્યન આવશ્યક છે.

હીન ભાવનાથી ગ્રસિત વ્યક્તિ પદ લોલુપ અને ધન લોલુપ બની જાય છે. આપણે આપણા બાળકમાં આપણે હીન ભાવનાને તેના બાળપણથી જ રોપી દઈએ છીએ. કેવી રીતે? તું ભણી નહીં શકે. તારી શિકલ તો આવી છે, જીવનમાં તું ક્યારે પણ સફળ નહીં થઈ શકે. તું ગધેડો છે, ખબર નહીં ક્યારે તારામાં બુદ્ધિ આવશે. એ છોકરોને જો કેટલો હોશિયાર છે, આજ્ઞાકારી છે, અને તું તો નાલાયક છે. તું તો ઢોરાં નહીં ચારી શકે.ખબર નહીં કેવી નાલાયક ઓલાદ પેદા થઈ ગઈ છે. પહેલાં નંબરે તું આવે એ તો શક્ય જ નથી તું તો પાસ પણ મહાપરાણે થયો છે, ન થયો હોત તો સારું હોત. તારા બીજા ભાઈઓને જો, પેલાને જો! આવી આવી વાતો કરીને આપણે આપણા બાળકને બિલકુલ દીન અને હીન બનાવી દઈએ છીએ. બાળક નિઃસહાય બની જાય છે. ડબ્બૂ બની જાય છે. ધીમે ધીમે તેને એમ જ લાગવા લાગે છે કે હું કંઈ કરી શકતો નથી. જ્યારે કંઈ કરવાનો મોકો મળે છે ત્યારે એ પ્રયાસ કરે છે. એ બધાં કરતાં ઊંચે ઊઠવાનો, શ્રેષ્ઠ થવા માટે તેને જે પણ મેણાં ટોણાં મારવામાં આવ્યા હતા. પરંતુ તેમ છતાં તેને એમ લાગે છે, કે ક્યાંક કોઈ ઊણપ તો રહી ગઈ છે.

બાળકને ક્યારે પણ મેણાં ટોણા મારશો નહીં, કદાપિ ન મારશો. તેની પ્રતિભા સંભવતઃ થોડા સમય પછી બહાર આવશે, તેને મોકો આપો તક આપો. બાળકને સમજો, દરેક બાળક ભણવામાં હોશિયાર હોય એ જરૂરી નથી. બીજાં કામોમાં પણ એ વધારે તેજ હોઈ શકે છે. બાળકોને સમજો અને

તેને પોતાની રીતે આગળ વધાવમાં સહાયરૂપ બનો. તેનામાં હીન ભાવનાને ઉછરવા ન દો. તથાકથિત સંતો અને ધાર્મિક નેતાઓની મૂઢતાભરેલી વાતો પ્રત્યે સજાગ બની જાઓ અને આવી ગાંડપણયુક્ત વાતો કરવાની છોડી દો.

૭. સાતમું કારણ -

આપણે જોયું, ધ્વનિ પ્રદૂષણ માનસિક તણાવને વધારવામાં પૂરેપૂરું યોગદાન આપી રહ્યું છે. કેટલાંક ઘોંઘાટ એવં પણ હોય છે, જેને આપણે ઓછાં કરી શકતા નથી. જેમ કે હવાઈ જહાજ, રેલ ગાડીના એન્જિનના અવાજો, વહાનનોના આવાગમનને કારણે થતાં અવાજો, બેન્ડવાજાંઓ, પરંતુ કેટલાકં ધ્વનિ ઉત્પન્ન કરનારા અન્ય ઉપકરણો જેવાં કે રેડિયો, ટી.વી.નો અવાજ એટલો રાખો, જે ઘોંઘાટ નહીં પરંતુ સાંભળવામાં સુખદ લાગે. અવાજ એટલો મોટો કરીને અડોશ-પડોશ કે ગલી -મહોલ્લા વાળાને ન સંભળાવો અને લાઉડસ્પીકરનો પણ દશ- પંદર મિનિટનો સમય નિશ્ચિત કરી લો. જાગરણો પર સમયનો પ્રતિબંધ મૂકાવો જોઈએ અને મોડી રાત સુધી લાઉડસ્પીકર લગાવવા ન જોઈએ. જાગરણ પોતાના ઘરમાં જ કરો, અડોશી પડોશી અને આખાય શહેરને જાગરણ માટે વિવશ કરશો નહીં.

મહત્ત્વાકાંક્ષાનો રોગ - આ શું પાગલપણું છે કે દરેક બાળકને દૂધની સાથે આ ઝેર ઘોળીને પીવડાવવામાં આવી રહ્યું છે. મહત્ત્વાકાંક્ષા એટલે કે એમ્બિશન. એમને એમ ન મરી જશો કંઈક કરી દેખાડવાનું છે. ઈતિહાસમાં નામ અમર કરી જવાનું છે. દુનિયા પણ એ યાદ રાખે, કે તમે પણ કંઈ હતા.

અને તમે જ્યારે મોટાં મોટાં ઉચ્ચ પદો પર પહોંચી જાઓ, ઘણું બધું ધન પણ એકઠું કરી લો, ઊંચી ઊંચી અટારીઓ વાળા મહેલના નિવાસી બની જાઓ, ત્યારે મુસીબતોનો આરંભ થાય છે કે આ બધું જ મેળવવા માટે તમે આખું જીવન દોડ્યા? જેઓ નથી મેળવી શક્યા, તેઓ પણ તરફડી રહ્યા છે, કારણ કે જીવન એક પરાજય બનીને રહી ગયું છે. અહંકાર પણ બની શક્યો નહી, એ પણ છિન્ન-ભિન્ન બની ગયો. જેઓએ પ્રાપ્ત કરી લીધું, તેઓ પણ વ્યાકુળ છે, કે આ જે મેળવી લીધુ, વ્યર્થ પરિશ્રમ કર્યો. આખું જીવન તેને પ્રાપ્ત કરવામાં તો વેડફી નાખ્યું. શાંતિની એક પણ ક્ષણ પામી શક્યા નહીં. પ્રેમનો એક છાંટો પણ નથી. સંગીતનો એક સ્વર પણ નથી. અંદર સઘળું ખાલીખમ્મ છે, અર્થહીનતા છે.

સમસ્ત મનુષ્યતા એક રોગ છે. એક એવો રોગ છે, મહત્ત્વાકાંક્ષાનો રોગ- બસ લડ્યે જ જાઓ. એ પણ ચિંતા છોડી દો કે જે સાધનો સાથે લડી રહ્યા છો એ ઉચિત છે કે અનુચિત? કોને નવરાશ છે? સમય ખૂબ થોડો છે અને જીવનનો કોઈ જ ભરોસો નથી. તો ભલે સાધન ઉચિત હોય કે અનુચિત, પરંતુ

તમારે તો સિદ્ધ કરીને બતાવી લેવું છે કે તમે પણ કંઈ છો અને મજા તો એ વાતની છે કે બન્ને તરફ પરાજય જ પરાજય છે, હાર્યા તો હાર્યા, અને જીત્યા તો પણ ખરાબ રીતે હાર્યા.

તો સ્વભાવતઃ દરેક મનુષ્ય બીમાર લાગે છે. દરેક મનુષ્ય વ્યાકુળ લાગે છે. દરેક મનુષ્યની અંદર માત્ર અગ્નિના ભડકાં છે, ઈર્ષા છે, અદેખાઈ છે; શાંતિ નથી, આનંદ નથી. કોઈ કાવ્ય ઉદ્દભવતું નથી, કોઈ નૃત્ય જન્મ નથી લેતું અને મૃત્યુ દરવાજાએ આવી પહોંચે છે. તમારી પાસે ફક્ત આંસુઓ અને એક પરાજિત જીવનને, મૃત્યુના ચરણોમાં ધરવા સિવાય બીજું કંઈ પણ હોતું નથી.

આ મહત્ત્વાકાંક્ષાની દીર્ઘ યાત્રા પોતાના અંતિમ મુકામ સુધી પહોંચી ગયેલ છે. હવે એવું નથી કે આ કોઈ ધીમે ધીમે બળતો અગ્નિ છે, કંઈ હુંફાળું નહીં... હવે એ ભયાનક ભડકાંઓની જેમ બળી રહેલી છે. સમસ્ત દુનિયા અત્યંત ખરાબ રીતે વ્યાકુળ છે. આનો એક જ ઉપાય છે કે આપણે મનુષ્યને એની મહત્ત્વાકાંક્ષાથી જ મુક્ત કરી દઈએ. મહત્ત્વાકાંક્ષા બહાર દોડતી રહે છે અને ક્યાંય પહોંચતી પણ નથી. આ બહાર જે દોડતા રસ્તાઓ છે, જે ક્યાંય જતા નથી. ચાલતાં જાઓ બસ ચાલતાં જાઓ - એનો કોઈ જ અંત આવતો નથી. તમારો અંત આવી જાય છે. આ રસ્તાઓ તો બસ આમ જ પડ્યા રહે છે. એ રસ્તાઓ સમાપ્ત થતાં જ નથી, તમે સમાપ્ત થઈ જાઓ છો.

મહત્ત્વાકાંક્ષાને સ્થાને આત્મ-અભીપ્સા-શાંતિને જાણવાની આકાંક્ષા, પોતાને ઓળખવાની, પોતાનામાં ખોવાઈ જવાની, બસ, આ જ માત્ર તેનો એક ઈલાજ છે. એક જ બીમારી છે. નામ જુદાં જુદાં હશે. ઈલાજ પણ એક જ છે.

સઘળું શિક્ષણ વ્યર્થ છે, સર્વ ઉપદેશો વ્યર્થ છે - જો તે તમને તમારી અંદર ડૂબી જવાની કળાને શીખવતા નથી અને ત્યાં રસધારાઓ વહી રહી છે. તમે ભિખારીઓની જેમ બહાર ભટકી રહ્યા છે, તમારી અંદર જ સમ્રાટ હોવાની ભાવના છુપાયેલી છે. આ દુનિયામાં જેટલાં લોકોએ પોતાની અંદર ડોકિયું કરીને જોયું છે, તેઓ જ માત્ર સ્વસ્થ બની શક્યા છે, બાકીના દરેક અસ્વસ્થ, બીમાર અને વિક્ષિપ્ત છે.

હીનતાની ગ્રંથિ અને શક્તિની આકાંક્ષા : આ સદીના એક ખૂબ મહાન મનોવિજ્ઞાની આલફ્રેડ એડલરે મનુષ્યના જીવનની તમામ મુશ્કેલીઓનો મૂળ સ્રોત હીનતાની ગ્રથિમાં જ મેળવ્યો છે. હીનતાની ગ્રથિઓનો અર્થ થાય છે કે જીવનમાં તમે ગમે ત્યાં રહો, ગમે તેવી રીતે રહો, હરહંમેશ તમારા મનમાં એ પીડા રહેતી હોય છે કે કોઈ તમારા કરતાં આગળ છે, કોઈની પાસે તમારા કરતાં વધારે છે, કોઈ તમારા કરતાં ઉપર છે. અને એની ચોટ રહ્યા કરતી હોય છે. અને આ આઘાત અંદરના પ્રાણોને એક ઘામાં પરિવર્તિત કરી દે છે. પછી

તમે જીવનના આસ્વાદને માણી શકતા નથી, તમે માત્ર જીવનથી પીડિત, દુઃખી અને સંત્રસ્ત રહો છો.

હીનતાની ગ્રંથિ, ઇન્ફીરિયારિટી કૉમ્પ્લેક્સ, જો એક જ હોત તો બરાબર હતું. તો આપણે કોઈ માર્ગ પણ બનાવી લેત. આલ્ફ્રેડ એડલરે તો હીનતાની ગ્રથિ શબ્દ પ્રયોગ કર્યો છે, હું તો બહુવચનનો પ્રયોગ કરવાનું પસંદ કરું છુંઃ હીનતાઓની ગ્રંથિઓ, કારણ કે કોઈ તમારા કરતાં વધારે સુંદર છે. કોઈની વાણીમાં કોયલ છે, જે તમારી વાણીમાં નથી. કોઈ તમારા કરતાં વધારે લાંબું છે, કોઈ તમારા કરતાં અધિક સ્વસ્થ છે. કોઈની પાસે તમારા કરતાં અધિક ધન છે, કોઈની પાસે તમારા કરતાં વધારે જ્ઞાન છે, કોઈની પાસે તમારા કરતાં વધારે ત્યાગ છે. કોઈ ગીત ગાઈ શકે છે, કોઈ સંગીતજ્ઞ છે, કોઈ પ્રતિમા ઘડે છે, કોઈ ચિત્રકાર છે, કોઈ મૂર્તિકાર છે. કરોડ કરોડ લોકો છે, તમારી ચારેય બાજુએ, અને પ્રત્યેક મનુષ્યમાં કોઈને કોઈ ખૂબી હોય છે. ઈશ્વર કોઈને પણ ખૂબી વિનાનું પેદા કરતા જ નથી અને જેની અંદર હીનતાની ગ્રંથિ છે, તેની દૃષ્ટિ સીધે સીધી ખૂબી પર જાય છે કે બીજા મનુષ્યમાં કઈ ખૂબી છે, કારણે તે જાણ્યે અજાણ્યે હંમેશાં તોળતો રહે છે કે હું ક્યાંક કોઈનાથી પાછળ તો નથી. તો જેટલા પણ લોકો છે, તેટલી જ હીનતાઓનો બોજો તમારી પર આવી પડે છે. તમે લગભગ લગભગ હીનતાઓની હારમાળાથી ઘેરાઈ જાઓ છો. એક ભીડ તમને ચારેય તરફથી જકડી રાખે છે. તમે તેની અંદર જ તરફડિયાં મારતા રહો છો અને બહાર નીકળવાનો કોઈ જ ઉપાય નથી. આના સિવાય તમે બીજું શું કરી શકો છો તમે?

એક માણસે મને કહ્યું, કે હું અત્યંત મુશ્કેલીમાં આવી પડ્યો છું. બે વરસ પહેલાં હું મારી પ્રેયસી સાથે સમુદ્ર કિનારા પર બેઠેલો હતો. એક માણસ આવ્યો, તેણે પોતાના પગ વડે મારા ચહેરા પર રેતી ઉછાળી દીધી અને મારી પ્રેયસી સાથે મજાક - મસ્તી કરવા લાગ્યો. ત્યારે મેં તેને પૂછ્યું કે શું તમે કંઈ કર્યું નહીં? તેણે કહ્યું કે હું કેવી રીતે કરી શકું, મારું વજન હતું સો પાઉન્ડ અને તેનું હતું દોઢસો પાઉન્ડ. તો તમે કંઈ તો કર્યું હશે? તેણે કહ્યું, મેં કર્યું એ કે મેં તે દિવસથી સ્ત્રીઓની ફિકર કરવાની છોડી દીધી. હનુમાન અખાડામાં ભરતી થઈ ગયો. હનુમાન ચાલીસા કરું છું અને દંડ-બેઠક મારું છું. પછી બે વરસમાં મારું વજન દોઢસો પાઉન્ડ થઈ ગયું. ત્યાર પછી મેં એક સ્ત્રી શોધી. તેની સાથે પાછો સમુદ્ર તટ પર ગયો. હું ત્યાં હજી બેઠો પણ નહોતો કે એક માણસ આવ્યો તેણે રેતીમાં લાત મારી, મારી આંખોમાં રેતી ભરી દીધી, વળી મારી પ્રેયસી સાથે મસ્તી-મજાક કરવા લાગ્યો.

મેં કહ્યું, હવે તો તમે કંઈ કરી શકતા હતા. હું હતો દોઢસો પાઉન્ડનો,

અને એ હતો બસો પાઉન્ડનો.

તો હવે શું કરો છો?

તેણે કહ્યું, ફરી એ જ હનુમાન ચાલીસા કરું છું, પછી હનુમાન અખાડામાં વ્યાયામ કરું છું. પરંતુ હવે મારી આશા તૂટી ગઈ, કારણ કે હું બસો પાઉન્ડનો બની જઈશ, શું ભરોસો કે હવે અઢીસો પાઉન્ડનો માણસ નહી આવી જાય.

તમે ક્યારે પણ હીનતાની બહાર આ રસ્તેથી નીકળી શકતા નથી.કેટલાં લોકો છે? કેટલાં વિભિન્ન રૂપો છે? કેટલી કૌશલ્યતાઓ છે, યોગ્યતાઓ છે? તમે એના ભાર નીચે કચડાઈ મરશો. આલફ્રેડ એડલરે મનુષ્યની તમામ પીડાઓ અને ચિંતાઓને આધારે બીજાની સાથે પોતાને તોળવાથી મેળવ્યું છે.

જેમ જેમ ઊંડાણમાં આલફ્રેડ એડલર ગયા તેમની સમજમાં આવ્યું કે મનુષ્ય છેવટે શા માટે પોતાને બીજાની સાથે તોળે છે. શું જરૂર છે? તમે તમે જેવો છો, બીજો બીજા જેવો છે. આ શા માટે તકલીફ ઉઠાવો છો? છોડવાં તો નથી ઉઠાવતા. એક નાનકડી ઝાડી વિશાળ વૃક્ષોની નીચે નિશ્ચિંત બનીને રહે છે, એ ક્યારે પણ એમ નથી વિચારતી કે આ વૃક્ષ કેટલું વિશાળ છે. નાનકડું પક્ષી ગીત ગાયા કરે છે, મોટાં અને વિશાળ પક્ષીઓ સામે હોય, તેના ગીતમાં કોઈજ અવરોધ આવતો નથી કે હું નાનકડું છું, તો શું ધૂળ ગાઈશ. પહેલાં તો વિશાળ બનવું પડશે. જરા જેટલાં ઘાસમાં પણ ફૂલો લાગી જાય છે, એ એની ફિકર કરતું નથી ! આવડાં વિશાળ વૃક્ષની નીચે તું ફૂલને ઉગાડવાનો પ્રયાસ કરી રહ્યું છે, ગાંડું થઈ ગયું કે કે શું? પહેલાં વિશાળ બની જા, પછી ફુલો ઉગાડજે. ના, પ્રકૃતિમાં સરખામણી કે તુલના છે જ નહીં, માત્ર માનવ મનમાં જ તુલના છે.

તુલના શા માટે છે? આલફ્રેડ એડલરે કહ્યું છે કે તુલના એ કારણે છે કે તમે અને સમસ્ત માનવતા એક ગહન દોડથી ભરેલી છે. એ દોડને આલફ્રેડ એડલરે કહે છે : ધી વીલ ટુ પાવર, શક્તિની આકાંક્ષા. હું કેવી રીતે શક્તિશાળી બની જાઉં. પછી ભલે એ ધન હોય, પદ હોય, પ્રતિષ્ઠા હોય, યશ હોય, કૌશલ્ય હોય, ગમે તે હોય. હું કેવી રીતે શક્તિશાળી બની જાઉં, આ જ મનુષ્યની સમસ્ત દોડનો આધાર છે. અને જ્યારે તમે શક્તિશાળી બનવા ચાહશો ત્યારે જોઈ શકશો કે તમે શક્તિહીન છો. તમે જેટલા શક્તિશાળી બનવા માટે પ્રયત્ન કરશો એટલી જ તમારી નિર્બળતાઓઓની તમને જાણ થશે, કારણ કે ઠેર-ઠેર તમારી શક્તિની હદ આવી જાય છે. સિકંદર, નેપોલિયન અને હિટલર પણ ચૂકી જાય છે. તેમની શક્તિઓની પણ હદ આવી જાય છે. આજ સુધી કોઈ પણ વ્યક્તિ એવી જગ્યા સુધી પહોંચી શકી જ નથી, જ્યાં તે એવું કહી શકે કે શક્તિની મારી આકાંક્ષા તૃપ્તિ થઈ ગઈ. જે ક્યારે પણ બન્યું નથી, એ કદાપિ બનશે પણ નહીં અને તમે પોતાને અપવાદ માનવાનો પ્રયત્ન કરશો નહીં.

ઓશો કહે છે કે જો કોઈ ધ્વનિઓને સાંભળીને મનુષ્ય પાગલ બની શકે છે, તો શું આ માનવામાં વધારે મુશ્કેલી છે કે કોઈ ધ્વનિઓને સાંભળીને મનુષ્ય શાંત બની જશે? જો કોઈને સાંભળીને મનુષ્યનું મન વિક્ષિપ્ત, પાગલ બની શકે છે, બેચેની પેદા કરી શકે છે તો એમ માની લેવામાં ઘણી મુશ્કેલી લાગશે કે કોઈ બીજી જ ધ્વનિઓના વિપરીત ધ્વનિઓ (સંગીત સાંભળીને મનુષ્ય શાંત બની શકે છે, સમાધિસ્થ બની શકે છે. એવું કેટલુંક સંગીત, જેની કૅસેટ ઓશોના નિર્દેશન હેઠળ તૈયાર કરવામાં આવેલી છે.

૮. આઠમું કારણ :

ભય - બાળકોને ભયભીત ન કરો, સાહજીક રીતે તેઓને સમજાવીને તેમને વશમાં કે કાબુમાં રાખો. નકામા ભયભીત કરો છો, ભયભીત થયેલું બાળક સમગ્ર જીવન સુધી એ ભયમાંથી બહાર આવી શકતું નથી. કાલ્પનિક ભૂત કાલ્પનિક ચિંતાઓમાં પરિવર્તિત બની જાય છે. બાળકોના કુમળા માનસ પર ભય એક ઊંડો પ્રભાવ છોડી જાય છે. નેપોલિયન બાળકપણમાં બિલાડીથી બીતો હતો. અને જ્યારે યુદ્ધના મેદાનમાં તેની સામે બિલાડીઓ આવી ગઈ ત્યારે તેના હાથપગ ભરાઈ ગયા એ ગભરાઈ ગયો અને હારી ગયો. ગમે તે હોય બાળકોને ભયભીત કરશો નહીં.

૯. નવમું કારણ :

આત્મ - સમ્મોહન - બીજાને સમ્મોહિત કરવાની સૂક્ષ્મ પદ્ધતિઓને સમજો તથા બન્ને પ્રકારના સમ્મોહનથી બચો. ધ્યાન જ એક માર્ગ છે, જે આપણને સચેત કરે છે, સજાગતાથી જીવનારાઓને કોઈ સમ્મોહિત કરી શકતું નથી. આપણે જાગરણ કરીએ છીએ, દેવીઅ દેવતાઓની તો ખબર નહીં કે તેઓ જાગે છે કે નહીં, પરંતુ આપણે આખાય મહોલ્લાને જાગવા માટે વિવશ કરી દઈએ છીએ. દેવીનું જાગરણ નહીં, સ્વયં જાગરણનો પ્રયાસ કરો. સાવધ બનીને, સમ્મોહન રહિત જીવન જીવવાનો આનંદ જ અનેરો છે, ન દુઃખ છે, ન તણાવ છે.

પરિવારમાં ક્લેશ રહે છે - કોઈ પણ પરિવાર ક્લેશથી બચી શકતું નથી. તો એનો શો ઉપાય છે કે પરિવારમાં ક્લેશ ન થાય. ઓશો કહે છે કે પરિવારના પાયામાં જ ગડબડ છે. કેવી રીતે? યુવાન છોકરો અને છોકરીના લગ્ન કરતી વખતે આપણે તેઓમાં પ્રેમ છે કે નહીં ચર્ચા કરતા નથી. છોકરી કેટલી ભણેલી છે. છોકરીનો પરિવાર સમૃદ્ધ છે નહીં તો દહેજ પણ આપશે કે નહીં, ઘર પરિવારની સમૃદ્ધિ જોઈએ છીએ. એમ કહેવાય છે કે પૈસા હોય તો છોકરા-છોકરીના ગુણ-અવગુણ ઢંકાઈ જાય છે, એટલે કે તેમના ગુણ-

અવગુણની કોઈ પરવા કરતું નથી? જ્યારે ઈમારતનો પાયો જ પોલો કે નબળો છે, તો ઉપર ભવન કેવું બનશે, આપણે અનુમાન કરી શકીએ છીએ. ઓશો કહે છે, પતિ-પત્નીમાં પ્રેમ નથી, તેઓ શું બાળકને પ્રેમ કરી શકશે? પોતાના બાળકોમાં માતા-પિતા પોતાનું જ ચિત્ર નિહાળશે. એટલે તેઓને પ્રેમ કરી શકશે નહીં. આવા બાળકો જેઓ નિરંતર ક્લેશના વાતાવરણમાં પ્રેમ રહિત ઉછરશે તો તેઓ પણ તણાવમાં જ રહેશ. તેઓના જીવનનો પાયો પણ પોલો કે નબળો જ રહેશે.

માતા-પિતા પોતાના બાળકોના લગ્ન કરીને તેઓને ગૃહસ્થ જીવનમાં ધકેલી લઈને પોતે પોતાની જવાબદારીમાંથી મુક્ત બની જાય છે. પરંતુ પોતાના અનુભવોને ક્યારે પણ જણાવતાં નથી શા માટે? કારણ કે તેઓને એવો ભય હોય છે કે જો તેઓ પોતાના અનુભવોને બાળકોને જણાવશે તો કદાચ તેમના બાળકો લગ્ન જ નહીં કરે. મને જ્યારે લગ્ન માટે કહેવામાં આવ્યું ત્યારે મેં સ્પષ્ટપણે કહી દીધું કે હું તમારા બન્નેના સતત ક્લેશને જોઈને લગ્ન કરવાનો નથી. જો તમે મને નરકમાં ધકેલવા ઈચ્છો છો, તમે એવું ઈચ્છો છો કે હું પણ તમારી જેમ દુઃખી જ રહું તો હું લગ્ન કરી લઈશ. તેઓનામાં એટલી હિમ્મત નહોતી કે તેઓ મને કહી શકે. કારણ કે હું જાણતો હતો કે એક પણ દિવસ એવો વીતતો નહોતો જ્યારે તેઓ ન લડ્યા હોય. આ મારા જ ઘરમાં બની રહ્યું હતું, એવું નથી આખાય મહોલ્લામાં પણ આવા જ પ્રકારનું વાતાવરણ હતું કારણ કે જ્યારે મહોલ્લાની બે સ્ત્રીઓ એક સાથે બેસતી હતી, ત્યારે ગઈકાલના દિવસે ઘરમાં થયેલાં મહાભારતનું જ વર્ણન કરતી હતી.

અનેક મિત્રો પોતાની સમસ્યાઓ લઈને આવે છે તો તેઓની સમસ્યાઓ ત્યાંની ત્યાં જ હોય છે, તેમાં માત્ર થોડો ઘણો જ તફાવત હોય છે. આ જ બાબત મને આશ્ચર્યચકિત કરે છે. ઓશોએ પોતાના પ્રવચનોમાં આ જ સમસ્યાઓ અંગે જણાવ છે. ઓશો કહે છે - "લગ્ન પણ એક પાઠશાળા છે, જે તમે ઘણાં પાઠ ભણાવે છે, બધું જ શીખવે છે કે બીજાથી (પતિ-પત્ની)થી તૃપ્તિ થઈ શકતી નથી, આનંદ મળી શકતો નથી, જો છોકરા અને છોકરી પાસે સુખ હોત તો તેઓ લગ્ન જ શા માટે કરતા? ન તો છોકરા પાસે સુખ છે અને એ છોકરીમાં એ સુખને શોધે છે અને ન તો છોકરી પાસે સુખ છે તો એ છોકરામાં સુખને શોધે છે. જ્યારે બન્ને દુઃખી ભેગાં થયા તો દુઃખ તો વધારે ગાઢ બનશે અને સુખ તો મળશે નહીં. જ્યારે તેઓ પાસે સુખ હતું જ નહીં, તો તેઓ બીજાને આપે તો પણ ક્યાંથી આપે? આ એક મહાન પાઠ છે, કારણ કે આની એક બાજુ એ છે કે આનંદ સ્વયં પાસેથી જ કળી શકે છે, સ્વયંમાંથી મળી શકે છે."

૮

પરિવારમાં કલેશ, તણાવ છે! ઉપાય શું છે?

આજકાલ છોકરો અને છોકરી શિક્ષિત બનતા જઈ રહ્યાં છે. જો સ્કૂલ-કૉલેજમાં ન પણ બને તો આજુ-બાજુના વાતાવરણ, સિનેમા અને ટી.વી.ના કાર્યક્રમ તેમને નવીન પ્રકારે શિક્ષિત કરી રહ્યાં છે. હવે તમને ઘરમાં કામ કરતી નોકરાણી પણ અંગ્રેજીમાં વાતચીત કરનારી મળી જશે. પછી ભલે એ એક પણ દિવસ સ્કૂલમાં ન ગઈ હોય. વાતાવરણ તદ્દન ભિન્ન છે. એ કારણે માતા-પિતા માટે એ આવશ્યક છે કે પોતાના બાળકોને તેઓ એટલાં સમજદાર બનાવે અથવા પ્રયાસ કરે કે તેઓ પોતાના નિર્ણયો પોતાની મેળે લઈ શકે. તેઓને નિર્ણય લેવા માટે સહયોગ આપો, પોતાના સ્વાર્થ અને અહંકારની તૃષ્ટિ માટે પોતાના નિર્ણયો તેઓના ઉપર લાદવાનો પ્રયત્ન ન કરો.

તેઓ જે રીતે જીવવા ઇચ્છે છે, જીવવા દો, જો તમને લાગે કે આ માર્ગ અનુચિત છે તો બાળકોને એ નિર્ણયના ઊંચ-નીચ, સારું-ખોટું સમજાવી દો તથા તેમને જ નિર્ણય લેવા દો.

આજકાલ એક છોકરો લગ્ન માટે જ્યારે છોકરી જોવા માટે આવે છે ત્યારે શું જોવામાં આવે છે? છોકરો જુએ છે કે છોકરી સુંદર છે કે નહીં. માતા-પિતા એ જુએ છે કે ઘર સમૃદ્ધ છે કે નહીં, જો સમૃદ્ધ છે, તો દહેજમાં શું આપશે? કોઈ પણ છોકરો જ્યારે છોકરીને જુએ છે ત્યારે હા પાડી દે છે. ભલે છોકરી ગમે તેવી હોય. કેમ? છોકરો યુવાન છે, વાસનાથી ભરેલું ચિત્ત છે, તો જે છોકરી જુએ છે, એ તેને ખૂબ જ સુંદર લાગે છે અને માત્ર એક સ્થિતિમાં તે ના પાડશે, જો પહેલેથી જ તે કોઈ છોકરીને પ્રેમ કરે છે તથા માતા-પિતા વિરોધ કરી રહ્યાં છે. અન્યથા ના કહેવાનો પ્રશ્ન જ ઉપસ્થિત થતો નથી. છોકરો-છોકરી જોવા માટે જશે ત્યારે શું જોશે? તેનો રંગ, રૂપ પરંતુ ચામડીના રંગથી તો તેના બાકીના આચાર-વિચાર અંગે તો કંઈ જ જાણી શકાતું નથી.

માતા-પિતાએ એ ધ્યાન રાખવું જોઈએ કે તેઓ પ્રમાણિકતાથી પોતાના બાળકોને જણાવે, તેમને ક્યાં ક્યાં દુઃખ મળ્યું. બાળકોને ચેતવણી આપે અને દહેજની વાતને એક બાજુ પર મૂકીને ભાવનાત્મક રીતે તેમને સહાયરૂપ બને, એનાથી બાળકમાં તમારા પ્રત્યેના પ્રેમ આને આદરમાં વૃદ્ધિ થશે.

બાળપણથી જ છોકરો પોતાની માતાના સંપર્કમાં વધારે રહેતો હોય છે. માતાએ પ્રેમ કર્યો. એ જ્યારે પણ કોઈ છોકરીને પોતાના જીવન-સાથીના રૂપમાં જોવા માટે જશે, તેનામાં તે પોતાની માતાની છબિને જોવા પ્રયત્ન કરશે. એ માટે હંમેશાં કહેવાય છે કે છોકરો સીધી-સાદી છોકરીને જ પોતાની પત્ની બનાવવાની ઇચ્છા રાખશે. ત્યારે બીજી તરફ છોકરી પણ માતાની છબિની પ્રતિકૃતિનેકારણે પોતાના ઘરમાં પિતા કે મોટા ભાઈની છબિ જોઈને હા કહે દેતી હોય છે. છોકરી છોકરા માટે માતા હોઈ શકતી નથી અને છોકરો છોકરી માટે પિતા કે મોટો ભાઈ હોઈ શકતો નથી. આ શક્ય જ નથી, એ કારણે જ્યારે લગ્ન પછી બન્નેને સુખની પ્રાપ્તિ થતી નથી તયરે એમ કહે છે અમારી સાથે દગો થઈ ગયો છે. હવે શું થઈ શકે છે? કોઈ પણ છોકરી કે છોકરાની સાથે લગ્ન થાત, આમ જ બનવાનું હતું.

આવી સ્થિતિમાં શું ઉપાય છે?

પહેલી બાબત બન્નેએ એ સમજી લેવી જોઈએ કે કોઈ બીજું તમને સુખ આપી શકે નહીં, આ બાબત જો સારી રીતે સમજી ગયા તો બાકીનું બધું જ સરળ બની જશે. હવે તેઓ ન તો એક બીજા પર દગો કરવાના આક્ષેપો કરી શકશે ન તો એક બીજા પર સંદેહ કરશે, કે ખોટી પસંદગી થઈ ગઈ. જો કોઈ બીજી વ્યક્તિ સાથે લગ્ન થયા હોત તો પણ આ જ થનાર હતું.

પતિ-પત્નીએ એક બાબતને ખૂબ જ સારી રીતે જાણી લેવી જોઈએ કે તેઓએ જીવનભર સાથે જ રહેવાનું છે. એ કારણે એક બીજા પર રોફ જમાવવાને બદલે મિત્રતાનો ભાવ રાખવો. એક બીજાને ખૂબી સારી રીતે સમજવા અને ઘરની વ્યવસ્થાને પણ સાથે મળીને ચલાવવી. પતિ અને પત્ની એ એ જોવું જોઈએ કે તેમના પરિવારના સંચાલનમાં તેમના(બન્નેના) માતાપિતા જરૂર પડ્યે સલાહ સૂચનો આપે, પરંતુ વધારે ડખલ ન કરે. છોકરીના માતાપિતાએ પણ વધારે ડખલ ન કરવી જોઈએ, તેમને જુદું ઘર વસાવાની સલાહ આપીને, ક્યાં તેઓ તેઓ તેમને માટે કોઈ સમસ્યા તો ઊભી કરી રહ્યા નથી ને? આ પ્રકારના નિર્ણયો તેઓને પોતાના અનુભવોના આધાર પર લેવા દો.

ઘરમાં તણાવ છે, પત્ની ક્રોધમાં છે તો સારું છે એ રસોઈ ન બનાવે. શા માટે? કારણ કે ક્રોધની ઊર્જા ખોરાકમાં પ્રવેશ કરશે, તો ક્રોધમાં બનાવેલું ભોજનથી, ભોજન આરોગનારાઓ કેટલા શાંત રહી શકશે?

સ્ત્રીઓ અત્યંત ઈર્ષાળુ હોય છે. ઓશો કરે છે કે "સ્ત્રીઓ ખૂબ જ દ્વેષ કરે છે, પુરુષો કરતાં વધારે. બે સ્ત્રીઓ વચ્ચે કદાપિ મૈત્રી શક્ય નથી. ઓશો કહે છે, "બે સ્ત્રીઓનું મિત્ર બનવું ખૂબ જ મુશ્કેલ છે. સ્ત્રીઓમાં મૈત્રી થઈ જ શકતી નથી. માત્ર એક જ કારણ તેની પાછળ રહેલું હોય છે, ઊંડાણમાં, કારણ કે કોઈ સ્ત્રી પોતાના શરીરના સૌંદર્યથી રાજી નથી હોતી. બીજી સ્ત્રી તેને અધિક સુંદર, અધિક પ્રભાવશાળી, પુરુષોને આકર્ષિત કરતી, બાંધતી લાગે છે. ત્યારે દરેક સ્ત્રી બીજી સ્ત્રીને પોતાના શત્રુની નજરે નિહાળે છે. દૂરની સ્ત્રીઓની તો વાત જ જુદી છે. જ્યારે દીકરી યુવાન બની જાય છે ત્યારે માતા દીકરીને પોતાના શત્રુની દૃષ્ટિએ નિહાળવાનું શરૂ કરી દે છે. જેવી દીકરી યુવાન થાય, માતા તેને પોતાના ઘરમાંથી ધકેલી મૂકવા માટે ઉતાવળી બની જાય છે.બહાનાઓ તો ઘણાં બધાં બનાવશે કે તેના લગ્ન કરવાના છે, જલદી લગ્ન કરાવી દેવા છે, આમ કરવું છે, તેમ કરવું છે. પરંતુ પાછળનું કારણ તો એ જ હોય છે કે ઘરનું કેન્દ્રબિંદુ હવે છોકરી બની રહી છે, માતા નથી રહી જતી, આમ ઈર્ષા ગાઢ બનતી જાય છે. એ જ પ્રમાણે સાસુ અને વહુ વચ્ચે તણાવ રહ્યા કરે છે. હવે ઘરનું આકર્ષણ કેન્દ્ર વહુ બની જતી હોય છે."

ઓશો આનો ઉપાય પણ બતાવે છે. તેઓ આગળ જણાવે છે કે "જો વ્યક્તિ પોતાના શરીર અને પોતાના સૌંદર્યથી સંતોષી એટલે રાજી થઈ જાય કે આ જ હું છું, પરમાત્માએ મને આવો જ કે આવી બનાવી છે, ત્યારે કોઈ જ સંઘર્ષ રહી જશે નહીં."

બાળકોનો ઉચિત રીતે ઉછેર કરો એટલે કે જો પતિ-પત્ની વચ્ચે પ્રેમ છે, બાળકોનો ઉછેર કરવાનો સમય છે, આયા કે નોકરના હવાલે અથવા તો ક્રેચમાં જ જો તમારે મોકલવાં છે તો એના કરતાં એ વધારે સારું હશે કે તમે બાળકોને પેદા જ ન કરો. પ્રાણીઓ પંખીઓના બચ્ચાં પણ ઉછરી જતાં હોય છે. પરંતુ પ્રેમવિહીન ઉછેર પામેલું બાળક પ્રાણીઓ કરતાં પણ નિમ્ન કોટિનું બની જતું હોય છે. તમે જેવું વાવશો તેવું જ લણશો. આજે તમે પોતાની સુખ-સુવિધાની દરકાર રાખી અને ધનોપાર્જનને પ્રાથમિકતા આપી. આવતી કાલે તમારું બાળક પણ આ જ પ્રમાણે કરશે, તો ફરિયાદ શાની? પ્રેમ વિહીન ઉછેર પામેલું બાળક પોતાના જીવનમાં ક્રોધ અને ઘૃણાથી ભરેલું હશે, આક્રમક હશે.

બધાં જ બાળકો એક સરખું અને પૂરતું ધ્યાન આપો, બાળકોને વઢશો નહીં, કોઈ બાળકને પ્રાથમિકતા આપીને બીજાની ઉપેક્ષા કે અવગણના કરશો નહી. બાળકોની અનુચિત માંગણીઓને સહેજ પણ સંતોષશો નહીં, બાળક ભલે ગમે તેટલી હઠ પકડે, તેને પ્રેમ પૂર્વક સમજાવો તો બાળક પોતાની હઠ કે જીદને છોડી દેશે, તેને વઢવાથી કે ઠપકો આપવાથી, એ વધારે હઠે ભરાશે. એ હંમેશાં યાદ રાખી કે બાળક આજે નિ:સહાય છે, તેને તમારા આધારની જરૂર

છે. આધાર વિના કદાચ તે મરી પણ જાય. પરંતુ કાલે આ વિપરીત બની જશે. બાળકોને આપણે જેટલા પ્રેમથી ઉછેરીશું, દરેક મુશ્કેલીમાં તેને સમજાવીશું, તેઓ સાથ આપીશું, તો એ બાળક મોટું થઈને તમને પ્રેમ આપશે, પરંતુ જો તેણે પ્રેમના પાઠ શીખ્યા જ નથી, તો તે શું આપી શકે? હંમેશાં માતા-પિતા ધનોપાર્જનમાં બાળકોને પૂરતો સમય આપી શકતાં નથી. બાળકોને એમ પણ કહે છે કે બેટા, આ તો અમે તારા માટે જ તો કરીએ છીએ, તમારા જ કામમાં આવશે. પરંતુ પ્રેમની પૂર્તિ ધનથી ક્યારે પણ થઈ શકતી નથી. આપણે ધન આપણા અહંકારની પૂર્તિ માટે કમાઈ રહ્યા છીએ. મારા પિતા પણ અમે જ કહેતા હતા, ત્યારે એક દિવસે મેં તેમને કહ્યું કે માની લો કે હું આજે સંન્યાસી બની જાઉં છું અથવા તો મૃત્યુ પામું છું, ત્યારે પણ તમે ધન કમાશો કે નહીં?

બાળકોને અહંકાર કરતાં ન શીખવો, તેઓને ભયભીત ન બનાવશો, મહત્ત્વાકાંક્ષા ન શીખવો. બાળક છતાં પણ આગળ વધશે, આપણો એવો વહેમ હોય છે કે મહત્ત્વાકાંક્ષા સિવાય, અહંકાર સિવાય કોઈ પ્રગતિ કરી શકતું નથી. હા, એવી બાબત બની શકે છે કે કોઈ મોટું પદ ન મેળવે, અધિક ધન સંપત્તિ ભેગી ન કરે પરંતુ તે સુખેથી જીવી શકશે, સંતોષપૂર્વક જીવશે. આનંદિત જીવશે, હિંસક નહીં હોય.

નાના બાળકોને આપણે રાજનીતિ શીખવીએ છીએ. આપણે ઇચ્છતાં હોઈએ છીએ કે બાળક સ્મિત કરે, જેવી તેને ખબર પડે છે કે સ્મિત કરવાનાં પણ લાભો છે, ત્યારે તે સ્મિત કરશે. આપણે નાનાં બાળકોને કહીએ છીએ કે ટૉફી આપીશ, પરંતુ કામ કરો, અંકલ-આન્ટીને નમસ્તે કરો, ગાયન સંભળાવો કે નાચીને બતાવો. આપણે બાળકોને નાનપણથી લાંચ આપતાં શીખવી દઈએ છીએ. ઓશો કહે છે, જે દેશમાં દેવી - દેવતા પણ નાળિયેર કે લાડુ લઈને કામ કરે છે તો ત્યાંના નાગરિકો જો લાંચ કે રૂશ્વત લે છે કે આપે છે તો તેમાં શું ખરાબી છે? મંદિર, મસ્જિદ એ દેવળો, ગુરુદ્વારામાં પ્રાર્થના કરો તો ખબર પડશે કે ઈશ્વરને પણ લાંચનો લોભ આપવામાં આવી રહ્યો છે કે નહીં? આપણે ઈશ્વરની પ્રશંસામાં ગીતો ગાઈએ છીએ એટલે કે ઈશ્વર પ્રસન્ન કરવા માટે કોઈ પણ પ્રકારની ચમચાગીરી કરીએ છીએ, તો રાજનેતાઓ તથા અફસરો પણ પ્રશંસા કરનારાઓની એટલે કે ચમચાઓથી ઘેરાયેલા રહે તો એમાં આશ્ચર્ય કેવું? આ બધું જ આપણે બાળપણથી જ શીખવાનું શરૂ કરી દઈએ છીએ. આટલી નાની બાબત કે ટૉફી આપીશું, પહેલાં કહેવું માનો, આ ભ્રષ્ટાચારને ઉત્તેજન આપશે, આપણે કલ્પના પર કરી શકતા નથી.

બાળપણથી જ બાળકોને ખરું-ખોટું, લાભ-હાનિ, સુંદર-અસુંદર, કાળા-ગોરાના પાઠો શીખવવાનું શરૂ કરી દેવામાં આવે છે. માતા-પિતા, સાથી-

અને સ્કૂલમાં આનું પૂરેપૂરું શિક્ષણ આપવામાં આવે છે. બાળકોમાં ભેદભાવ ઊભા કરીને તેમને ઝગડવાનું પણ શીખવાવમાં આવે છે. એક બીજા પ્રત્યે પ્રેમભાવ ન શીખવાડીને તેમના અંહકારને પોષવાનું કામ કરીએ છીએ, તેઓમાં હીનભાવનાને પેદા કરવાનું કામ કરીએ છીએ. આવી નાની બાબતો, બધાં જાણ્યે-અજાણ્યે કરે છે. જેમ આપણે બે ભાઈઓમાં કહીએ છીએ, અરે તું તો, નકામો છે, તારામાં તો અક્કલ જ નથી, તારા પોતાના ભાઈને, મિત્રને જો. આનાથી બીજા ભાઈ પ્રત્યે તેનામાં અદેખાઈ અને ઘૃણા પેદા થશે, તેનમાં હીન ભાવના આવી જશે.

બાળકોના પાલન-પોષણમાં આપણે સાવધાની રાખીએ, જો વ્યવસ્થિત રીતે આપણે તેમનો ઉછેર કરીશું તો, બાળક મોટું થઈને પ્રેમપૂર્વક જીવતાં શીખશે. એ તણાવમાં નહીં જીવે. આપણે કાયમ બાળકોને ન તો તેમની રીતે હસવા દઈએ છીએ, ન તો રડવા દઈએ છીએ. જો બાળક મોકળા મને હસતું હોય તો આપણે તરત જ તેને ટોકીએ છીએ છીએ કે શું ગાંડાની જેમ હસે છે? રડતું હોય, તો રડવા પણ દેતા નથી, પૂછીએ છીએ કે શા માટે રડે છે? શું જોઈએ છે તારે, તો તારી માંગણી પૂરી કરીએ. હસતા કે રડતા બાળકને ટોકવા જોઈએ નહીં. તેમને એ કરવા દો, ત્યારે તે સરળતાથી સુખ ભણી પ્રયાણ કરશે. પરંતુ આપણે રોકીએ છીએ, એ કારણે એ આખું જીવન તેઓ પૂરેપૂરી રીતે ન તો હસી શકે છે કે ન તો પૂરેપૂરી રીતે રડી શકે છે. મોકળા મને હસવાથી કે રડવાના કારણે ભીતરમાં ધરબાયેલો કચરો વહી જાય છે. કારણ કે એ બધો કચરો ભેગો થવાને કારણે તો આપણે તણાવથી ભરેલાં રહીએ છીએ.

દુઃખ તો આવશે, દુઃખથી ભાગો નહીં, સાક્ષી બની જાઓ, એવી રીતે જયારે સુખ આવે ત્યારે સુખની સાથે ચીટકી જશો નહીં, સુખના સાક્ષી બની જાઓ. સુખ-દુઃખને જુઓ, તેના સાક્ષી બનો તો તેમાંથી પાર ઉતરી જશો. કેવી રીતે? જેમ કે જો તમને માથામાં દુઃખાવો થઈ રહ્યો છે, આંખો બંધ કરીને એ દુઃખાવાને અનુભવવાનો પ્રયત્ન કરતા રહો, માથાના દુઃખાવાથી ભાગવાની ચેષ્ટા ન કરશો, થોડાવારમાં જ માથાનો દુઃખાવો કોઈ પણ ગોળી લીધા સિવાય ગાયબ થઈ જશે.

પરિવાર અને સમાજમાં રહેતા આપણે જાણ્યું છે કે અહંકાર, વાસનાઓ, બીજામાં સુખને શોધવું, વર્તમાનમાં ન જીવવું, મોહ, બીજાઓની પ્રતિક્રિયાઓ પ્રત્યે ભયભીત બનવું, હીન ભાવના અને ધ્વનિ પ્રદૂષણ અને બાળકોને ઉચિત રીતે ન ઉછેરવા ઇત્યાદિ માનસિક તણાવના મુખ્ય કારણો છે. ઓશો કહે છે આ બધા પ્રત્યે જો આપણે સજાગ બની જઈએ તો તણાવમુત જીવન જીવી શકીએ છીએ.

૧. પતિ-પત્ની અને .....!
૨. નકલી જ નકલી
૩. આદર્શ માતા-પિતા કેવી રીતે બની શકાય?

પતિ-પત્ની અને.....!

લગ્ન પહેલાં છોકરીનાં સ્વપ્નાઓમાં એક રાજકુમાર હોય છે અને છોકરાઓના સ્વપ્નાઓમાં એક રાણી. જ્યારે બે અજાણ્યાઓના જ્યારે નવા નવા લગ્ન થાય છે, જુસ્સો હોય છે, ઉમંગ હોય છે એટલે થોડા દિવસો સુધી તો બધું જ આપણા સ્વપ્નાઓને અનુરૂપ લાગતું હોય છે. પછી ખૂબ જલદી બન્નેના ભ્રમ ભાંગી જાય છે. બન્નેને એ અનુભૂતિ થવા લાગે છે કે ન તો એ સ્વપ્નાઓનો રાજકુમાર છે અને ન તો એ સ્વપ્નાઓની રાણી! ત્યાં સુધી તેઓ એક બીજાનો ઈતિહાસ અને શારીરિક ભૂગોળ પણ જાણી લે છે. રોજ રોજ એનું એ જ. ભ્રમ દૂર થતાંની સાથે જ અંતર આવવાનો આરંભ થઈ જાય છે. હવે પહેલાં જેવો જુસ્સો નથી. પછી એમ લાગવા માંડે છે કે ભૂલ થઈ ગઈ છે. સાથીની પસંદગી ખોટી થઈ ગઈ છે. એક બીજામાંથી રસ ઓછો થવા લાગે છે. એવો વહેમ લાગવા માંડે છે કે ક્યાંક તેના જીવનમાં બીજું કોઈ તો આવી ગયું નથી ને? એક બીજા પ્રત્યે અવિશ્વાસનો ભાવ જાગૃત થવા લાગે છે અને છૂટાછેડાના બીજ વવાઈ જાય છે. એ દિવસથી ઘર અને બાળકોમાંથી પણ રસ ઓછો થવા લાગે છે. પતિ-પત્નીમાં પ્રેમની ઊણપ આવી જવાને કારણે બાળકો પોતાને અનાથ જેવા અનુભવે છે. જેમ જેમા વહેમની માત્રા વધતી જાય છે તેમ તેમ બન્ને વચ્ચેનું અંતર વધતું જાય છે.ધીમે ધીમે અંતર એટલું બધું વધી જાય છે કે છૂટાછેડા જ તેનો એક માત્ર વિકલ્પ જણાય છે. પરંતુ જો છૂટાછેડા લેવાની હિમ્મત કરી શક્યા નહીં, વિવશતા અને દબાણોને કારણે પણ લઈ ન શક્યા, ત્યારે તેઓ જીવનને જીવી શકશે નહીં, માત્ર તેના ભારને વેંઢારવાનું જ કામ કરશે.

ધ્યાનમાં રાખો, છૂટાછેડા થઈ પણ ગયા તો પછી નવા રાજકુમાર અને નવી રાણીની શોધખોળની શરૂઆત થઈ જાય છે. ફરીથી કોઈ નવી વ્યક્તિ જીવનમાં આવી તો થોડા દિવસો સુધી તો બધું બદલાયેલું અને નવું લાગશે, પરંતુ ફરીથી એની એ જ વાર્તા કે ઘટમાળ ચાલુ થઈ જશે. હવે શું કરવું? ફરીથી સાથી ક્યાંથી બદલશો?

બે લોકો સુખ માટે લગ્ન કરે છે બન્નેમાંથી એકની પાસે પણ સુખ તો હોતું નથી તો સુખ આપશે ક્યાંથી? જો કોઈની પાસે સુખ હોત તો એ લગ્ન જ શા માટે કરત? ઓશો કહે છે : "લગ્નનો ક્લેશ એ શાશ્વત છે. એ નિરંતર ચાલ્યા જ કરશે. માલિકીપણાનો ભાવ હે હિંસાનો ભાવ છે, પ્રેમનો તેની સાથે કોઈ જ સંબંધ નથી. બાળકો પર પણ માલિકીપણાના આ ભાવની રમત ચાલુ જ રહે છે."

એક બાબતને ધ્યાનમાં રાખો, જીવનમાં તમને તમારા સ્વપ્નાઓના રાજકુમાર કે રાજકુમારી મળી પણ જાય છતાં પર આમ જ બનવાનું હતું. શા માટે? સ્વાભાવિક છે. પ્રકૃતિનો નિયમ છે; બીજું એટલે કે પતિ કે પત્ની, ધન, પદ કોઈ પણ હોય સુખ આપી શકે નહીં. આ શાશ્વત નિયમ છે.સુખ અને દુઃની પાર જવું પડશે. એને માટે બીજાથી મુક્ત બનવું પડશે. આ આપણે જીવનસાથીની સાથે રહીને પણ કરી શકીએ છીએ. માલિકીપણાના ભાવ અને કબજાના ભાવને છોડીને પ્રેમપૂર્વક રહો. આમ કરવા માટે એક મહત્ત્વપૂર્ણ માર્ગ છે, અંર્તયાત્રા. પતિ-પત્ની એકબીજાના સહયોગથી અંર્તયાત્રા પર સરળતાપૂર્વક જઈ શકે છે. અંર્તયાત્રા પર નીકળી પડ્યા તો લગ્ન સાર્થક બનશે. ત્યારે બન્ને સુખ અને દુઃખને પેલે પાર પ્રેમપૂર્વક અને આનંદિત જીવન જીવી શકે છે.

નકલી જ નકલી

લગ્ન માટે છોકરીના પિતા કોઈ મિત્રને કોઈ છોકરો શોધવા માટે જણાવે છે. નકલની કથાનો આરંભ થઈ જાય છે. કેવી રીતે? વચ્ચેવાળા છોકરીના પિતાને છોકરા અને છોકરાના પરિવાર વિશે આખું ચિત્રણ રજૂ કરે છે. અને એવી જ રીતે છોકરાના પિતા છોકરી અને છોકરીવાળાઓ અંગે વિસ્તાપૂર્વક જણાવે છે અને આખું ચિત્ર રજૂ કરે છે. છોકરો જોવાઈ જાય છે, છોકરી જોવાઈ જાય છે, એ નકલી ચિત્રણના આધાર પર.

છોકરીનું ખરું ચિત્ર ક્યારે પણ દેખાડવામાં આવતું નથી. ખાસ રીતે ફોટો ખેંચાવીને રજુ કરવામાં આવે છે. ચહેરા આવો જ દેખાય, મેકઅપના થપેડાંઓ લગાવી, વાસ્તવિક ચહેરાને તેની હેઠળ સંતાડી દેવામાં આવે છે. નકલી લાલ હોઠ ચહેરા પર ચિપકાવી દેવામાં આવે છે.

વાસ્તવિક ચહેરો તો લગ્ન પછી જ પ્રગટ થાય છે, ભેદ ખૂલે છે, પરંતુ ત્યાં સુધીમાં તો બહુ જ મોડું થઈ ગયું હોય છે. બધાં કહે છે, જમાનો ખરાબ છે, આમ જ બનતું હોય છે.વચ્ચે વાળા કહે છે - "હું શું કરું, મને તો જે પણ જણાવવામાં આવ્યું હતું, મેં એ જ પ્રમાણે જણાવ્યું હતું. તેઓના મનની વાત હું કેવી રીતે જાણી શકતો હતો. " બન્ને પક્ષ કહે છે, દગો રમાઈ ગયો. દગો રમાઈ ગયો. હવે તો આવી જ રીતે જીવવું પડશે. નકલ અને દગાની વાતો ચાલુ જ રહી હોય છે, અને બાળકો પેદા થઈ જાય છે. માતા-પિતા પરસ્પર પ્રેમ કરતા નથી તો બાળકોને કોણ પ્રેમ કરશે? બાળકોએ તો પ્રેમનો પાઠ શીખ્યો જ નથી. નકલી પ્રેમમાં ઉછરેલું બાળક હિંસક અને ચીડિયલ હશે. મોટું થઈને સ્કૂલ અને કૉલેજમાં ભાંગ-ફોડ નહીં કરશે, તો બીજું શું કરશે?

શું છે સમાધાન? એ તો નક્કી છે કે તમારી સાથે દગો ખેલાયો છે, જેઓની સાથે દગો નથી રમાયો હોતો, નકલી ચહેરાઓ સાથે જીવતા હોતા

નથી, તેઓ પણ સુખી નથી. મૂળભૂત કારણ છે, સુખ બેમાંથી એક પણની પાસે નથી હોતું, તો તે સુખ ક્યાંથી આપી શકે. સુખની શોધમાં તો લગ્ન કર્યા હતા. બીજું એટલે કે ભલે એ પતિ હોય કે પત્ની હોય, પુત્ર હોય, ધન હોય અથવા તો મોટું પદ હોય સુખ આપી શકે નહીં. સુખી કેવી રીતે બનવું? સુખી જીવન જીવવા માટે પ્રેમપૂર્વક જીવવા માટે પતિ-પત્નીએ એક સાથે મળીને ધ્યાન ધરવું. નિત્ય પ્રતિ દિવસ ધ્યાન ધરતાં રહેવાથી પરસ્પરથી સમજમાં વૃદ્ધિ થશે, પ્રેમમાં વૃદ્ધિ થશે તો તમે તમારું સુખદાયક જીવન જીવી શકશો. બાળકો પણ પ્રેમના પાઠો તમારી પાસેથી જ શીખશે. આવા બાળકો મોટાં થઈને ચીડિયું કે આક્રમક જીવન ન જીવતાં, પ્રેમ પૂર્વક, આનંદિત જીવન જીવશે. માતા-પિતાએ એવું કહેવું નહીં પડે, કે અમારી સેવા કરવી એ તમારી ફરજ છે. તેઓ એ પ્રમાણે કરશે જ. આમાં એ પહેલાં માતા-પિતા સ્વયં વિચારે કે તેઓએ બાળકોને પ્રેકપૂર્વક ઉછેરવાની ફરજને નિભાવી છે?

આદર્શ માતા-પિતા કેવી રીતે બનવું?

મારી દૃષ્ટિમાં, તમે બાળકો સાથે એક જ કામ કરી શકો છો - પોતાનું જીવન તેઓની સમક્ષ ખુલ્લું કરી દો. તેઓને જણાવો કે તમે તમારા માતાપિતા પાસેથી સંસ્કારિત બન્યાં છો, તમે મર્યાદાઓમાં જકડાયેલા રહીને જીવ્યા છો અને એ સીમાઓ અને ધારણાઓને કારણે તમે જીવી શક્યા નથી. એ સિવાય તમે હવે બાળકોના જીવનને નષ્ટ કરવા ઇચ્છતાં નથી. તમે ઇચ્છો છો કે તેઓ એકદમ મુક્ત બની જાય - કારણ કે તમે ભૂતકાળનું પ્રતિનિધિત્વ કરતા નથી.

બાળકોને આ પ્રમાણે કહેવા માટે માતા-પિતામાં ગજબની હિમ્મત અને પ્રેમનું હોવું જોઈએ કે,"તમે અમારાથી મુક્ત બની જાઓ. અમારી આજ્ઞાઓ માનશો નહીં, તમે તમારી બુદ્ધિ પર નિર્ભર રહો તમે જો ભટકી પણ જાઓ તો એ બહેતર છે, ગુલામ રહીને ખરા હોવાના બદલે. સ્વતંત્ર રહીને ભૂલો કરવી અને તે ભૂલોમાંથી શીખવું એ અધિક ઉચિત છે, બીજાઓની પાછળ ચાલીને ભૂલોથી બચવું. નહીં તો તમે પાછળ ચાલવા સિવાય બીજું કંઈ શીખી શકશો નહીં. અને પાછળ ચાલવું ઝેર છે, વિશુદ્ધ ઝેર." જો તમારામાં પ્રેમ છે તો ખુબ જ સરળ બનશે. ના પૂછશો, "કેવી રીતે?" કારણ કે "કેવી રીતે?"નો અર્થ થાય છે તમે એની રીત કે વિધિ પૂછી રહ્યા છો, પ્રાવિધિ પૂછી રહ્યા છો. અને પ્રેમની કોઈ જ પ્રાવિધિ હોતી નથી. બાળકોને પ્રેમ કરો, તેમની સ્વતંત્રતાનો આનંદ માણો. તેઓને ભૂલો કરવાં દો. જ્યારે તેઓ ભૂલો કરે તો જોવા માટે તેમની સહાયતા કરો. તેઓને કહો, "ભૂલો કરવામાં કહું ખોટું નથી, વધારે ને વધારે ભૂલો કરો કારણ કે તમે એમાંથી જ શીખશો, પરંતુ એકની એક જ ભૂલનું પુરનરાવર્તન ના કરશો, કારણ કે એ મૂઢતા છે."

માતા-પિતાનું મુખ્ય કામ છે, બાળકોને ખાડામાં પડી જતાં અટકાવવા. તેમની શિસ્તની ભૂમિકા નકારાત્મક છે. આ શબ્દનું ધ્યાન રાખશો. બાળકોને કોઈ સકારાત્મક માળખું આપવાનું નથી, પરંતુ નકારાત્મકની કાળજી લેવાની છે. કારણ કે બાળકો અંતે તો બાળકો જ છે અને તેઓ જોખમમાં ન આવી પડે જે તેમને નુકસાન પહોંચાડે, હાથ-પગ ભાંગી નાખે. આ બધાંમાં તેઓને આજ્ઞા આપશો નહી, માનવા માટે તેઓને બાધ્ય પણ કરશો નહીં, તેઓ સ્વયં પસંદ કરવા દો. તમે તેઓને માત્ર સમસ્ત સ્થિતિ અંગે સમજાવી દો. બાળકો અત્યંત ગ્રહણશીલ હોય છે અને જો તેઓ તમારું સન્માન કરતાં હશે તો તેઓ સાંભળશે, સમજશે. ત્યાર બાદ તેમની સમજણ સાથે તેઓને છોડી દો. શરૂઆતના થોડાં જ વર્ષોનો સવાલ છે, જલદી તેઓ પોતાની બુદ્ધિમાં સ્થિર બની જશે. પછી તમારી કાળજી કે સાર-સંભાળની જરૂરિયાત રહેશે નહીં. જલદી તેઓ પોતાના જ બળમાં જીવવા લાગશે.

માતા-પિતાના ભયને હું સમજી શકું છું. ભય એ છે કે બાળકો એવી દિશામાં જશે, જે તેઓને પસંદ નથી. પરંતુ આ તમારી સમસ્યા છે. બાળકો તમારી પસંદગી- નાપસંદગી માટે પેદાં થયાં નથી.તેઓએ પોતાનું જીવન પોતાની જ મેળે જીવવાનું છે. અને તમને તો એનો આંનદ થવો જોઈએ કે તેઓ પોતાનું જીવન જીવી રહ્યાં છે.

પરિસ્થિતિઓનો સંપૂર્ણપણે સ્વીકાર કરવાનો મનોસ્થિતિ કેવી રીતે સંભવ છે? જાગૃત કેવી રીતે બનવું, સાક્ષી કેવી હોય? ઓશો કહે છે, "આજનો મનુષ્ય જેટલો અશાંત છે, એટલો પહેલાં ક્યારે પણ નહોતો, એ માટે આજે મનુષ્યને ધ્યાન આવશ્યકતા છે, એટલી પહેલાં ક્યારે પણ નહોતી."

મનુષ્ય શરીર અને મનની સપાટી પર જીવે છે. મનના સ્વાસ્થ્ય કરતાં પહેલાં આવશ્યક છે શરીરનું સ્વાસ્થ્ય. કાળિદાસે પણ કુમારસંભવમ્ માં કહ્યું છે -"શરીર માદ્ય ખલુ ધર્મ સાધનમ" અર્થાત્ શરીર જ ધર્મનું પ્રથમ સ્થાન છે. પહેલું સુખ એ નિરોગી કાયા. શરીર સ્વસ્થ રહે, એનું ધ્યાન રાખો અને મનને સ્વસ્થ રાખવાનો માર્ગ છે ! "ધ્યાન" ઓશો કહે છે કે ધ્યાન એક જ માર્ગ છે. ધ્યાન એટલે શું ?

આ બધાં પ્રત્યે કેવી રીતે સજાગ બનવું?

ઓશો કહે છે - "તણાવમાંથી મુક્ત થવાનો એક માત્ર ઉપાય છે, સ્વયંનો સંપૂર્ણ સ્વીકાર, આજુબાજુના વાતાવરણ, પરિસ્થિતિઓનો સંપૂર્ણ સ્વીકાર કરવાથી ચમત્કાર ઉદ્દભવે છે. આ જ એક ચમત્કાર છે." ઓશો કહે છે, "ચિંતાઓ તો છે તેઓ સ્વીકાર કરી લો અને બીજું કંઈ કરી શકતા નથી. સ્વીકારનો ભાવ જ તમને ચિંતાઓની પેલે પાર લઈ જશે. આપણે સ્વીકાર કરતા નથી. એને દૂર કરવાના અથવા તો હઠાવવાના પ્રયત્નો જ અધિક તણાવને

ઉત્પન્ન કરે છે." તમે ક્યારેય તમારા જીવનમાં જોયું, શું ચિંતા કરવાથી કોઈ ચિંતા મટી ગઈ? એ મટી શકે જ નહીં. એવું કહેવાય છે કે ચિંતા કરવાથી પુરુષો નિર્બળ બને છે અને સ્ત્રીઓ જાડી, પરંતુ ચિંતા તો એમની એમ જ રહે છે. સજાગ થઈને, સાક્ષી બનીને જીવવા અને ચિંતાને ક્યારે જોવાથી ચિંતાથી પાર થવાના ઉપાય છે.

ધ્યાનનો અર્થ શું છે?

ધ્યાનનો અર્થ આપણે લઈએ છીએ કે કોનું ધ્યાન ધરવું? એકાગ્રતા કેળવો, જેને ધ્યાન સમજવામાં આવે છે અથવા મંત્ર જાપ કરો અથવા આત્મનિરીક્ષણ કરો. ઓશો કહે છે - "આ ધ્યાન નથી. એકાગ્રતા તણાવમાં મુક્ત કરી શકતી નથી. તણાવને ઉત્પન્ન કરે છે. શા માટે? એકાગ્ર કોને કરશો, મનને? "ઓશ કહે છે કે - "મનને કારણે શાંતિ ક્યાંથી?" કારણ કે વસ્તુતઃ મન જ અશાંતિ છે. મંત્ર જાપ, નામના જપ કે ભાવાતીત ધ્યાન એકાગ્રતાના જ અંગ છે. એક મંત્રનો જપ કરવાને કારણે ઊંઘ આવે છે તેને કરનારી વ્યક્તિ એમ સમજે છે કે સુસ્તિ લાગી ગઈ કારણ કે આ બધી મનની જ ક્રિયાઓ છે, હા થોડાં સમય પૂરતું એનાથી વિરામ મળી શકે છે, જે શાંતિ નથી, માત્ર અશાંતિનું વિસ્મરણ માત્ર છે. તરંગિત ચેતનાનું નામ જ મન છે. જ્યારે સરોવર શાંત બની ગયું, મોજાંઓ સૂઈ ગયા, સરોવરની સપાટી પર હવે કોઈ જ કંપન રહ્યું નથી અર્થાત્ નિષ્કમ્પ બની ગયું, એક મૌન દર્પણ બની ગયું, અથવા તો એમ સમજો કે સરોવર હવે ઠરી ગયું, બરફ જઈ ગયું, હવે કોઈ જ મોજાં નહીં ઉદ્દભવતા તેના પર, અને હવે કોઈ મોજાં ઉદ્દભવી પણ શકતા નથી. આવી જ રીતે જ્યારે ચેતના વિચારથી શૂન્ય અને તરંગ રહિત હોય છે, ત્યારે જે અવસ્થા હોય છે, એનાં નામ જ ધ્યાન છે.

સવાલ એ છે, જેને ઓશો કહી રહ્યા છે, આ એક ચિત્તની અવસ્થા છે. આવી દશા કેવી રીતે ઉપલબ્ધ બની શકે કે ચેતના વિચારથી શૂન્ય હોય. ભગવાન શ્રીકૃષ્ણએ કહ્યું છે કે કર્મ કરો, ફળની આકાંક્ષા ન રાખો. ક્યારે પણ આના પર વિચાર કરશો તયારે ખબર પડશે કે કર્મ તો કરવાનું છે, ફળ પ્રાપ્ત થશે, પરંતુ તેની અપેક્ષા રાખવાની નથી. એટલે કર્મ કરો, કર્તાનો જો ભાવ જ નહીં હોય તો કર્તા નહીં હોય, જ્યારે કર્તા જ નહીં રહે તો ફળની આકાંક્ષા કેવી? ઓશો કહે છે, આ સંભવ છે, જો આપણાં કૃત્યો, આપણે જે પણ કરીએ છીએ, સભાનતાપૂર્વક એટલે કે સાક્ષી બનીને કરીએ છીએ તો આ સંભવ બની શકે છે.

સાક્ષીના ભાવથી એ બની શકશે. વિચાર, કર્મ એટલે કે મનમાં ઉદ્દભવતા વિચારો પ્રત્યે તથા તમામ ક્રિયાઓ (ચાલવું, ભોજન કરવું સાંભળવું) ના સાક્ષી બનો. કર્તા ન રહો. સાક્ષી બનો, ક્ષણે ક્ષણ સાક્ષી બનીને જ જીવો. જે પણ કરો એના સાક્ષી રહો, જેવી રીતે કોઈ બીજું કરી રહ્યું છે અને તમે તેના

માત્ર સાક્ષી છો, દૃષ્ટા છો. ધીમે ધીમે મનને ભોજન ન મળવાને કારણે એ નિર્બળ બનતું જશે. કર્તા ભાવ એટલે કે "હું" મનનું ભોજન છે. અહંકાર મનનું ઈંધણ છે. જેમ જેમ ઈંધણ મળવાનું ઓછું થતું જશે, મનના વિલીન બનવાનું શરૂ થઈ જાય છે. જે દિવસે તેને સહેજ પણ ઈંધણ મળતું નથી, એ દિવસે મન અભિલોપિત બની જાય છે જાણે કે ક્યારે રહ્યું જ ન હોય.

ધ્યાનથી શું થશે?

હવે પ્રશ્ન એ છે કે ધ્યાનથી એટલે કે મન સાક્ષી બનવાથી ચિત્તની દશા થોડા સમય પૂરતી જ્યારે બની જાય, વિચારશૂન્ય અને તરંગ રહિત, તો શું થશે? ઓશો કહે છે, કે એક વખત પણ ધ્યાનના તરંગ જીવનમાં ઉતરી જાય તો ધીમે ધીમે જેમ કે - "રસરી આવત જાત, સિલ પર પડત નિશાન" ચરિતાર્થ થાય છે. એ જ પ્રમાણે આપણા મસ્તિષ્કના તંતુઓ કે જેઓ નિષ્ક્રિય પડેલાં છે, સક્રિય બનવાની શરૂઆત થઈ જાય છે, ત્યારે મસ્તિષ્કનો અચેતન હિસ્સો ચેતનના હિસ્સા પર કામ કરવાની શરૂઆત કરી દે છે. ત્યારે સ્નાયવિક તણાવ ઓછો થઈ જાય છે, માનસિક કાર્યક્ષમતામાં વૃદ્ધિ થાય છે, સહિષ્ણુતાનો વિકાસ થાય છે અને મનોવૃત્તિઓ અને માનસિક વ્યવહારમાં પરિવર્તન આવે છે, પ્રસન્નતામાં વૃદ્ધિ થાય છે, ટેવો પરિવર્તિત થવા લાગે છે, શારીરિક તણાવ-જન્મ રોગ શાંત બને છે. મૈત્રી સંભવ આદિ ગુણો વિકસિત બને છે.

ધ્યાન માટે આવશ્યક છે :

ધૈર્ય, શ્રદ્ધા અને નિરંતરતા જે વિધિથી ધ્યાન કરો, એ વિધિ પ્રત્યે સંદેહશીલ નહીં, પૂર્ણ શ્રદ્ધા સહિત અને નિરંતર કરવાનું છે.

શ્રદ્ધા સાથે ધૈર્ય પણ આવશ્યક છે. ધૈર્યનો મહિમા અનંત છે. આપણે કાયમ ઉતાવળમાં જ રહેતા હોઈએ છીએ, ઑફિસ હોય કે દુકાન જવાનું હોય, ભોજન કરવાનું હોય, કે ટહેલવાનું હોય ઈત્યાદિ. જે પ્રમાણે આપણે બીજની વાવણી કરીએ છીએ ત્યારે તેને અંકુરિત થવા માટે થોડો સમય આપીએ છીએ, એવું નહીં કે રોજ રોજ એને ઉખાડીને જોઈ લેવાનું. જે પ્રમાણે રોજ રોજ ઉખાડીને જોવાને કારણે બીજનું નાશ થવું સભંવ છે, એ જ પ્રમાણે જે વિધિથી તમે ધ્યાન ધરો, ઓછામાં ઓછું ત્રણ માસ શ્રદ્ધા અને ધૈર્યપૂર્વક નિરંતર કરો. ત્યારે જ તમે ધ્યાનથી પરિણામ અનુભવશો.

ધ્યાનની અનંત વિધિઓ છે. કોઈ પણ વિધિથી ધ્યાનનો આરંભ કરો. જેમ એક દવા બધાં જ રોગો માટે કે એક જ દવા એક જ રોગના દરેક રોગીઓને નીરોગી કરતી નથી, એ જ પ્રમાણે ધ્યાન પદ્ધતિ સમસ્ત મનુષ્ય જાતિ માટે હોઈ શકે નહીં. આ તો વ્યક્તિ પર નિર્ભર કરે છે કે તેને શું ઉપયુક્ત છે? ઓશો કહે છે : "જે એક માટે ઉચિત છે, બીજા માટે તદ્દન વિપરિત હોઈ શકે છે. એ

કારણે બીજાની સાથે ધૈર્યની આવશ્યકતા કે સ્યાતવાદમાં આ જ સત્યની અભિવ્યક્તિ હું જોઉં છું. વિચાર પ્રધાન વ્યક્તિ માટે જે માર્ગ છે, એ ભાવ પ્રધાન વ્યક્તિ માટે નથી અને બહિર્મુખી માટે જે દ્વાર છે, એ જ અંતર્મુખી માટે આડખિલી રૂપ છે."

"જ્ઞાનનો યાત્રી અનંતઃ ધ્યાનની નૌકા બનાવે છે. પ્રેમનો યાત્રી પ્રાર્થનાને. ધ્યાન અને પ્રાર્થના તો પહોંચે છે એક મુકામ પર. પરંતુ તેમની યાત્રાના પથ નિતાન્ત ભિન્ન છે."

ઓશો કહે છે : "પોતાની યાત્રા માટેના પથને સ્વયં નિર્ધારિત કરો. જે પણ માર્ગ છે, એ દરેક ધ્યાનના સ્વરૂપ છે. પ્રાર્થના પણ ધ્યાન છે, પૂજા અને ઉપાસના પણ. યોગ પણ ધ્યાન છે, જ્ઞાન પણ ધ્યાન છે, ભક્તિ પણ ધ્યાન છે. કર્મ પણ ધ્યાન છે, અને સન્યાસ પણ. ધ્યાનનો અર્થ છે ચિત્તનું મૌન, નિર્વિચાર અવસ્થા. કેવી રીતે પ્રાપ્ત કરી શકાય આ અવસ્થાને, એ મહત્ત્વપૂર્ણ નથી. એને પ્રાપ્ત કરી લો, આ જ મહત્ત્વપૂર્ણ છે. જે પણ ચિકિત્સા પદ્ધતિથી સ્વસ્થ બનો છો. બસ સ્વસ્થ બની જાઓ, એ જ મહત્ત્વપૂર્ણ છે."

આરંભમાં કોઈ પણ વિધિથી શરૂઆત કરો, શ્રદ્ધા અને વિવેકપૂર્વક. ખુબ ઝડપથી આપણો વિવેક જાગૃત થઈ જશે, ત્યારે આપણને આપણી પોતાની વિધિ પણ પ્રરાપ્ત થઈ જશે. ઓશો કહે છે : "શ્રદ્ધાનું દ્વાર ખોલે છે વિવેક, શ્રદ્ધા માત્ર આત્મ પ્રવંચના છે. ધ્યાનથી વિવેક જાગૃત બનશે, જે પ્રમાણે સૂર્યના આગમનથી સમસ્ત સંસાર જાગૃત બની જાય છે. ધ્યાન પર શ્રમ, કારણ કે અન્તતઃ વિવેક જાગરણ જ મહત્ત્વપૂર્ણ છે. શેષ સઘળું શ્રમના અરણ્યમાં ક્યાં ખોવાઈ જાય છે, ખબર જ પડતી નથી. હાથમાં બચે છે માત્ર ધ્યાનની સંપદા અને મૃત્યુ પણ એને છીનવી શકતું નથી."

ધ્યાન કરવા માટે આવશ્યક છે કે સમતોલિત આહાર(ભોજન પશ્ચાત્ આળસ અથવા પેટમાં ભારેપણાનો અનુભવ ન થવો જોઈએ) અને એકાન્ત - શાંત વાતાવરણ. ધ્યાન કોઈ પણ વયે કે કોઈ પણ ઉંમરના પુરુષો -સ્ત્રીઓ કરી શકે છે. કાયમ લોકોને એમ કહેતા સાંભળ્યા છે કે ધ્યાન કરી લઈશું હજી તો ક્યાં ઉમર વીતી ગઈ છે, હજી તો અઘું કામ કરવાનું બાકી છે, સમય જ નથી મળતો, પરંતુ એ ધ્યાન રાખો કે કોઈની પણ ઉંમર કેટલી હશે, કોઈ જાણે છે? એ માટે જ્યારે પણ ધ્યાનના મહત્વ વિશે ખબર પડે, ત્યારે સમય ગુમાવ્યા સિવાય તેનો આરંભ કરી દેવો જોઈએ. ઓશો કહે છે : " ધ્યાન લઈ જાય છે કાળાતીતમાં. સમય અને સ્થાનની બહાર. અર્થાત્ અમૃતમાં કારણ કે ધ્યાન છે જીવન. ધ્યાન પર શ્રમ જીવન પર જ શ્રમ છે. ધ્યાનની શોધ જ જીવનની શોધ છે."

તણાવમાંથી રાહત પ્રાપ્ત કરવાના અન્ય સરળ સહાય ઉપાય

- કહેવાય છે કે સારા કાર્યો અનુસાર સ્વર્ગમાં જશો અને ખરાબ કાર્યો ને કારણે નરકમાં. ઓશો કહે છે : સ્વર્ગ કે નરક નથી. આપણે અહીં આપણું પોતાનું સ્વર્ગ કે નરક સ્વયં નિર્મિત કરીએ છીએ. કેવી રીતે? આપણે સુખી છીએ તો સ્વર્ગમાં અને જો દુ:ખી છીએ તો નરકમાં. જે પણ અસ્તિત્વએ આપણને આપ્યું છે, એ કોઈ પણ પ્રકારની શરત સિવાય આપ્યું છે, તેના માટે ધન્યવાદ આપશો, તેના પ્રત્યે અનુગ્રહનો ભાવ રાખશો તો સ્વર્ગમાં, અને જો ફરિયાદ પર ફરિયાદ જ કરતા રહેશો તો નરકમાં. સુખ અને દુ:ખ એવી રીતે આવે છે, જે પ્રમાણે વસંત અને પાનખર. જો સુખ રહ્યું નથી તો દુ:ખ પણ નહીં રહે. સુખ અને દુ:ખનું આવાગમન ચાલુ જ રહશે. સુખ અને દુ:ની પાર જઈ શકાય છે. કેવી રીતે? સાક્ષી ભાવે દુ:ખ આવે તો જીવો, સુખ આવે તો જીવો, કોઈ ફરિયાદ કે ધન્યવાદક ન આપો સમભાવમાં સાક્ષી બનીને જીવનમાં બન્નેની પાર જઈ શકાય છે. સાક્ષી કેવી રીતે થાય? ઓશો કહે છે : "માર્ગ છે, ધ્યાન."
- કાયમ એવું કહેનારા લોકો મળી જશે કે હું ક્રોધ કરવા ઇચ્છતો નથી. અનેક વાર એના સોગંદ ખાઈ ચૂકયો, સંકલ્પ કરી ચૂક્યો, છતાં પણ કોણ જાણે કેમ હું ક્રોધિત બની જાઉં છું? હું સદૈવ સારું કરવા ઇચ્છું છું, પરંતુ જ્યારે કરવાનો અવસર આવે છે ત્યારે હું સારું કરી શકતો નથી. દરેક મનુષ્ય આ જ દુવિધામાં રહે છે. આવું શા માટે છે? આપણે જ્યારે નિર્ણય લઈએ છીએ, ચેતન મનથી લઈએ છીએ, આપણા અચેતન મનને તો તેની જાણ પણ હોતી નથી. ચેતન મનના નિર્ણયો, સંકલ્પો જ્યાં સુધી અચેતન મન સુધી પહોંચશે નહી, ત્યાં સુધી કામ, ક્રોધ, લોભ, મોહ, ઈર્ષા ઇત્યાદિમાંથી મુક્ત થઈ શકાશે નહીં. આપણા ચેતન મનના નિર્ણયોને આપણે આપણા અચેતન મન સુધી પહોંચાડવા પડશે. તો કેવી રીતે? ઓશો કહે છે : "ધ્યાન છે માર્ગ. નિરંતર ધ્યાન કરતા રહેવાથી ચેતન મનના નિર્ણયો અચેતન મન સુધી પહોંચાડી શકાય છે. જ્યારે તે અચેતન મન સુધી પહોંચશે ત્યારે જ એનો ઉપયોગ થઈ શકશે."
- અચેતન મનને પરિવર્તિત કરવાથી જીવનનો અર્થ બદલાઈ જશે. જો આપણે અચેતન મનને આપણા નિર્ણયો પહોંચાડતા નથી. બસ એમ જ કર્યા કરીએ છીએ, વારંવાર સંકલ્પ કરી, વ્રત લઈ, સોગંદ ખાઈને પણ એનું એ જ પુનરાવર્તન કર્યા કરીએ છીએ ત્યારે એક દિવસે આપણે એ અનુભવ કરીશું કે - "હું" ન તો કંઈ છું, ખબર નહીં મને શું થઈ જાય છે? હું આટલો અક્ષમ શા માટે છું? આટલી જ બાબત હું શા માટે કરી શકતો નથી? તમે આત્મગ્લાનિથી ભરાઈ જાઓ છો.

- આત્મ ગ્લાનિથી ભરેલી વ્યક્તિને કાયમ એવી બીમારીઓ ઘેરી લે છે જેના પર કોઈ પણ દવાઓ કારગર બનતી નથી. ત્યારે આપણા ચિત્ત પર દુષ્કર્મો અને કુવિચારોના સંસ્કાર જમા થવાના અરંભાઈ જાય છે, આ બધી જ મનની ચંચળતા, ઉદ્વિગ્નતા, આવેશ, વિક્ષોભના રૂપમાં પ્રગટ થાય છે. જ્યારે વ્યક્તિ તણાવથી ઘેરાઈ જાય છે, ત્યારે કોઈ પણ કાર્યને સારી રીતે કરી શકતી નથી, તેના વ્યવહારમાં સમતોલન રહી શકતું નથી અને આ જ કારણોસર તે નિષ્ફળ બને છે અને મિત્રો સાથે ક્લેશમાં ઉતરતી રહે છે.
- ચેતન મનના નિર્ણયોને અચેતન મન સુધી પહોંચાડવા માટે ધ્યાન તો આવશ્યક છે જ તથા રાત્રિના સૂતી વખતે પણ નિર્ણયનું પુનરાવર્તન કરતા રહો, ભાવ કરતા રહો અને ભાવ કરતા કરતા નિદ્રામાં પ્રવેશ કરી જાઓ. થોડા દિવસોમાં જ એ નિર્ણય અચેતન મન સુધી પહોંચી જશે. આની અનુભૂતિ તમને સ્વયં થવા લાગશે.
- જો કોઈ તમને એવું કંઈક કહે છે, જેનાથી તમે ક્રોધિત બની જાઓ છો તો ક્રોધિત થવાને બદલે વિચાર કરો કદાચ એ બરાબર હોય, જો એ બરાબર છે તો શા માટે ક્રોધ કરવો? જો તે ની વાત અનુચિત છે તો તે સમસ્યા તેની છે, તો પણ શા માટે ક્રોધ કરવો? ક્રોધ ન કરો, ગાળો ન આપો તો જે ઊર્જા ક્રોધની છે, ગાળની જે તેણે આપણને આપવાનું ચાહ્યું, આપણે તો એ ઊર્જા લીધી નહીં તો એ પરત તેના પર જ પાછી વળી જશે. જો આપણે ગાળો આપી તો હિસાબ બરાબર બની જશે. પરંતુ આપણી નિષેધાત્મક ઊર્જા (Negetive Energy) ન આપો તો બહેતર રહેશે, કારણ કે બધું મળીને ડબલ(-ve,-ve) થઈ જાય છે અન્યથા એકલી (-ve) ઊર્જા ખોવાઈ જાય છે.
- સાચી વ્યક્તિ કડવી હોય છે, એની વાત પર ધ્યાન આપવું જોઈએ.
- શંકા અને સંદેહ મીઠું ઝેર છે, જેટલું જલદી શંકાનું નિવારણ કરી લો, એટલું સારું છે. ધ્યન રાખો, નિર્બળ મન શંકાશીલ હોય છે.
- આશાવાન બનો, તો જે પણ થોડું ઘણું ધ્યાનમાં પ્રાપ્ત થાય છે, જે થોડો ઘણો અનુભવ થાય છે તો તેનો સંગ્રહ થઈ જાય છે. અન્યથા એ ખોવાઈ જાય છે.
- બીજા પાસે કેટલું છે, એની ચિંતા ન કરો. પરમાત્માને હંમેશાં તમારી પાત્રતા અને જરૂરિયાત અનુસાર આપે છે, જે આટલા વિશાળ સંસારનું સંચાલન કરે છે, એ આપણી આવશયકતાઓનું ધ્યાન રાખે છે. પરમાત્મા પ્રત્યેક હરહંમેશ અનુગ્રહનો ભાવ રાખો.
- પ્રત્યેક કાર્યને સમયાનુસાર કરો, નોકર અને બીજાઓ પર ઓછા નિર્ભર રહો, પરિવાર જનો અને મિત્રો સાથે સહયોગપૂર્ણ રહો, ગમે તેવી પરિસ્થિતિ આવે સાક્ષી બની રહો.

- ચિંતા ન કરો કે મારા પછી એટલે કે મારી હયાતિ પશ્ચાત્ પરિવારનું શું થશે? એ જ થશે જે તમારા પિતા, દાદાના અવસાન પશ્ચાત્ બન્યું હતું.
- વ્યર્થ ન બોલો, જરૂરિયાત પૂરતું જ બોલો, વધારે બોલવાથી તમારી ઊર્જાનો વ્યય થાય છે અને ભુલથી કંઈ ખોટું પણ બોલાઈ જાય છે.
- બનાવટી જીવનથી બચો.
- ભૂલો કરી શકીએ છીએ, ભૂલોમાંથી શીખો અને એક ને એક ભૂલનું પુનરાવર્તન ન કરો.
- નિન્દકને શત્રુ માનો.
- ચાપલૂસ, ચમચાંઓ, કપટી અને ચાડીખોર માણસોથી બચો.
- ધન અને પદને પ્રાપ્ત કરવાનો પ્રયત્ન હંમેશાં કરો. પરંતુ એ ધ્યાન રાખો, ખોટી રીતે કમાયેલાં ધનથી તમારું ભલું થનાર નથી. "જેવું ખાશો અન્ન, એવું બનશે મન" આપ સ્વયં આ વાતનો અનુભવ કરી શકો છો. ખોટી રીતે કમાનારી વ્યક્તિના ઘર રોગ અને સમસ્યાઓથી જ ઘેરાયેલું રહે છે, તેમના બાળકો પણ વંઠી જાય છે.
- કાનોએ સાંભળેલી વાત તથા આંખોએ જોયેલી વાત પણ ઘણી બધી વાર ખોટી હોઈ શકે છે. ક્રોધ પ્રત્યે સજાગ કેવી રીતે બનવું? એનો પ્રયોગ કરો.
- વિવેક(અંતઃકરણ)ને જાગૃત કરો અને એના અવાજ પ્રત્યે ધ્યન આપો, તો તણાવ અને દુઃખ નજીક આવી શકશે નહીં.
- જો આપણે સાચાં છીએ કઠોર નહીં, તો કોઈની પણ બદદુવા કે શાપની અસર થશે નહીં. પરંતુ એ ધ્યાન રાખો કે પદ, ધનનો દુરુપયોગ કરીને કોઈને બિન જરૂરી રીતે હેરાન કરી રહ્યા છો તો બદદુવા કે શાપની અસર પૂરેપૂરી થશે.
- હંમેશાં રોંદણા રડતા રહેવું, પોતાના જ દુઃખના ગાણાં ગાતા રહેવા, કાયમ ચિડાયેલા રહેવું તથા નાની અમથી વાતો પર એવી રીતે ચિંતિત બની જવું કે કોણ જાણે કેવું મોટું ઘોર સંકટ આવી પડ્યું હોય, દુઃખને વધારી વધારીને કહેવું, એવી ચિત્ત-સ્થિતિ વાળા દુઃખ અને તણાવમાંથી મુક્ત થવાના ઉપાય પણ વિચારતા નથી, શા માટે? એને એ જ બધી બાબતોને જણાવવામાં જ રસ પડે છે.
- શરીરનું માલિશ કરવું, તરવું, આરામદાયક ખુરશી(ઝુલા ખુરશી)માં લાંબા થઈ જવું, નૃત્ય કરવું, યોગ મુદ્રા રેકી અથવા ઊર્જા હીલિંગ સાથે જોડાયેલા રહો, આ બધું તણાવને ઓછો કરવામાં સહાયક સિદ્ધ થશે.
- ઓશો કહે છે, દુઃખની ચર્ચા કરતી વખતે જો તેને સ્વાદ લઈને કહેશો, તો સંભળાવામાં તો તમને મજા આવી રહી છે તો તમે એ જ દુઃખમાં રહી જશો.

દુઃખ છે, તણાવ છે

આ સત્ય છે. આમ કેમ છે, આનું શું કારણ છે, એ જાણવાનો પ્રયત્ન કરતા નથી. માત્ર બાહ્ય ઉપચારો કરો છો શું? બીડી સિગારેટ પીવા લાગ્યા છો, દારૂ અથવા અન્ય માદક દ્રવ્યોનું સેવન કરવા લાગ્યા છો, સિનેમા જોવા ચાલ્યા જાઓ છો, મિત્રો સાથે ટોળ-ટપ્પાં મારવા લાગો છો, ઝગડો છો, મંદિરમાં જઈને ભજન-કીર્તન કરવા લાગો છો (જેની પરમાત્મા સાથે કોઈ જ લેવા-દેવા હોતી નથી) માત્ર દુઃખ અને જીવનને વીસરી જવાના જ નકામા પ્રયત્નો કર્યા કરો છો. શું આ પ્રમાણે કરવાથી દુઃખ અને તણાવ ઓછાં થઈ જાય છે? ના ! આપણા દુઃખ અને તણાવ તો ત્યાંના ત્યાં જ રહે છે. કેટલા સમય માટે તેને ભૂલાવી શકશો? પાછાં વળીને પોતાની વ્યાકુળતા, દુઃખ, ચિંતા પહેલાં કરતાં તેમાં વધારો થયેલો જ જોઈ શકશો. આવું શા માટે થાય છે?

પશુ અને પરમાત્માની વચ્ચે છે મનુષ્ય, પશુ એટલે કે વાસનાઓ, કામ, ક્રોધ, અહંકાર, લોભ, મોહ, ઘૃણા, ઈર્ષા ઈત્યાદિ. પરમાત્મા એટલે કે વિવેકને જાગૃત કરવો એટલે કે સ્વયંનું જાગરણ (દેવી કે બીજા અન્ય જાગરણ હોય છે એ નહીં) એક બાજુએ નીચેનો પોકાર છે અને એક બાજુએ ઉપરનો પોકાર. આ જ દ્વન્દ્વને કારણે મનુષ્ય દુઃખમાં છે. નીચે ઉતરી જવું અત્યંત સરળ છે, પરંતુ જરા વિચાર કરો ભજન-કીર્તન, સંગીતમાં, કામવાસનામાં કે દારૂના નશામાં કેટલો સમય સુધી રહેશો?

અધિકાંશ લોકો નીચે જ ઊતરે છે, પુનઃ પશુની તરફ, કારણ કે નીચે ઊતરવું સરળ છે, જેમ કે પાણીનું વહેણ નીચે તરફ હોય છે, જો પાણી ઉપર ચઢાવવું હો તો મોટર કે ઊર્જાને લગાવવી પડે છે. આ જ પ્રયાસથી બચવા માટે નીચે જવું સુગમ લાગતું હોય છે. વિવેક જાગૃત કરવાથી, પશુના સ્તરથી ઉપર ઊઠવાનું છે, ઊર્જાને જાગૃત કરવી પડે છે. વિવેકને કારણે સમજમાં વૃદ્ધિ થાય છે અને સમજણને કારણે જ દુઃખ અને તણાવ ઓછાં થઈ જાય છે. વિવેકને કેવી રીતે જાગૃત કરવો? સમજણમાં કેવી રીતે વૃદ્ધિ કરવી? ઓશો કહે છે એક જ માર્ગ છે - ધ્યાન.

- પ્રાતઃકાળમાં ઉઠતી વખતે બિછાના પર સૂતા સૂતા જ શરીરના પ્રત્યેક અંગને તણાવથી ભરો. એકદમ અકડાઈને ખેંચો અને પછી શિથિલ મૂકી દો. બે ત્રણ વખત આ પ્રમાણે કરો. પછી કાનની નીચે નરમ ભાગ ઉપર અંગૂઠા અને પ્રથમ આંગળીથી બે - ચાર વાર ઘર્ષણ આપો.
- પછી બે - ચાર વખત હસો, શરૂઆતમાં થોડું વિચિત્ર લાગશે, ધીમે ધીમે હાસ્ય સ્વાભાવિક બની જશે.
- સભાનતાપૂર્વક બિછાનામાંથી બહાર આવો.

- ❖ શૌચાદિથી પરવારી ૨૦-૨૫ મિનિટ સુધી આસન, વ્યાયામ અને શબાસન કરો.
- ❖ દિવસમાં પાંચથી સાત વખત જોર જોરથી શ્વાસોચ્છ્વાસ કરવા, જેથી તમારી નાભિ સંપૂર્ણપણે ખાલી બને.
- ❖ હાથ અને પગના માલિશ માટે બેસનનો ઉપયોગ કરો.
- ❖ ખાંડ અને મીઠાનો ઉપયોગ ઓછામાં ઓછો કરવો. તમાકુ, દારૂ ઇત્યાદિથી પરહેજ કરો. ફળોના રસ(જૂસ)નું સેવન અધિક કરો.
- ❖ જેટલું પણ ખાઓ ખૂબ જ ચાવી ચાવીને ખાઓ. અંગ્રેજી(એલોપેથી) દવાઓનો ઉપયોગ ઓછામાં ઓછો કરો.
- ❖ જે દિવસે તમને થાકનો અનુભવ થાય ત્યારે સાંજે સૂઈ જતાં પહેલાં તમારા પગને હુંફાળા પાણીમાં બોળી રાખો અને પગના તળિયાઓમાં હળવું માલિશ કરો. પગને સારી રીતે કોરાં કરો પછી આરામથી સૂઈ જાઓ.

બાળકોની સાથે રમવું, સમયસર સૂઈ જવું, સમયસર ઊઠવું, સૂર્યાસ્તના સમયે રાત્રિ ભોજન લઈ લેવું, નિયમિત રૂપે હસવું- હસાવવું, પૌષ્ટિક ભોજન લેવું ક્યારેક ક્યારે ઉપવાસ પણ કરવાં વગેરે તમને શારીરિક અને માનસિક તણાવને ઓછો કરવામાં અવશ્ય સહાયક નીવડશે.

આત્મહત્યા શા માટે?

શું તમને આત્મહત્યાના વિચારો હંમેશાં આવે છે? શા માટે? જીવનથી નિરાશ બની ગયા છો? ગભરામણમાં ખુબ વધારો થઈ ગયો છે? સમસ્યાઓ માટે કોઈ ઉચિત ઉકેલ નથી મળી રહ્યો? પ્રત્યેક પ્રેમ સંબંધોથી નિરાશ બની ગયા છો? જો આમ છે, તો સમજી લો કે તમને આત્મહત્યાના વિચારો આ જન્મમાં પ્રથમ વખત જ આવી રહ્યા નથી. પાછલા જન્મોમાં પણ તમને આવા જ વિચારો ખૂબ જ આવતા હશે. સંભવતઃ આપે પાછલા જન્મમાં પણ આવા પ્રકારની પરિસ્થિતિઓને કારણે આત્મહત્યા જ કરી હશે.

આત્મહત્યા શા માટે કરવા ઇચ્છો છો? તેના કારણો શોધો અને તેનું નિદાન કરવાનો પૂરેપૂરો પ્રયત્ન કરો. સંકલ્પ કરો કે આ જન્મમાં તમે સમસ્યાઓની સાથે લડશો - ઝઝૂમશો, સમસ્યાઓની સામે થઈ જશો. જેથી આવા વિચારો આવે જ નહીં. ક્યાં સુધી આત્મહત્યા કરતા રહેશો? બીજા જન્મ માં પણ એનું એ જ પુનરાવતર્ન ન કરવું પડે. સંકલ્પ કરો, આ વખતે નહીં.

ઓશોએ "ક્યારે હું કબીરને પૂરેપૂરો પામ્યો" પ્રવચન શૃંખલામાં એક વાર એક વાર્તા સંભળાવી છે, એને વાંચો, ચોક્કસપણે તમને તમારી સમસ્યાઓ સામે લડવાનું સાહસ પ્રદાન કરશે.

એક યુવાન ફકીરને કહી રહ્યો હતો, "હું હવે મારા જીવનથી કંટાળી ગયો છું. મારી પાસે કશું જ નથી, હું મરવા ઇચ્છું છું."

ફકીરે કહ્યું - "મરતાં પહેલાં એક કામ કરીને જાઓ. તમે મરી તો જવાના જ છો, મને પણ થોડો લાભ કરાવતા જાઓ."

યુવાને પૂછ્યું, "કયું કામ?"

ફકીરે કહ્યું - "એક કામ કરો, આ ગામના એક સમ્રાટ છે, એ મારા મિત્ર છે, એ અત્યંત તરંગી પ્રકારનો માણસ છે. તેને વિચિત્ર વસ્તુઓ ભેગી કરવાનો ખુબ જ શોખ છે. હું તારી આંખોને વેચાવી દઈશ. એક લાખ રૂપિયા તો ઓછામાં ઓછા મળી જશે. પછી તું મરી જશે. આમેય તું મરી જ રહ્યો છે. અને જો વધારે મોજમાં આવી ગયો તો તારા કાન પણ ખરીદી લેશે, તારા દાંત પણ ખરીદી લેશે. એ ખુબ જ ધૂની પ્રકારનો માણસ છે. એ આવી જ રીતે કામ કરે છે. તું મારી સાથે ચાલ."

હવે તે માણસ ફકીરને કંઈ જ કહી શક્યો નહીં. તે કહી ચૂક્યો હતો કે મારી પાસે કશું જ નથી અને તે મરવા જઈ રહ્યો હતો, પરંતુ જેવો તેને વિચાર આવ્યો એક લાખ રૂપિયા તો આંખના મળી રહ્યા છે, તો હું સાવ ગરીબ તો નથી જ.

સમ્રાટના મહેલ સુધી પહોંચતાં પહેલાં જ તેણે નક્કી કરી લીધું કે આ બધું ઉચિત નથી લાગતું, આંખોને વેચવી! તે મરવાની વાત તો ભૂલી જ ગયો. ફકીર અંદર સમ્રાટ પાસે અંદર ગયો. તેણે સમ્રાટને રાજી કરી લીધો. સમ્રાટે તે માણસને બોલાવ્યો. સમ્રાટે તે માણસને કહ્યું - "ઠીક છે, આંખો કઢાવી લઈએ છીએ. એક લાખ રૂપિયા તું લઈ લે."

તે માણસે સમ્રાટને કહ્યું - "તમે શું સમજો છો મને? હું મારી આંખો વેચીશ? "

સમ્રાટે કહ્યું - "વધારે દામ જોઈએ છે, તો એવી વાત કરો, બે લાખ તો બે લાખ. જેટલા માંગીશ, એટલા આપીશ."

ફકીરે સમ્રાટને તેના માટે રાજી કરી લીધા હતા કે તે જેટલા દામ માંગે, એટલા આપી દેજો.

સમ્રાટે કહ્યું - "દશ લાખ જોઈએ, દશ લાખ આપીશ, કાન પણ ખરીદી લઈશ. તારા હાથ પણ ખરીદી લઈશ, તારા પગ પણ ખરીદી લઈશ. આમેય તું મરવા જ જઈ રહ્યો છું."

તે માણસે કહ્યું - "હું વેચવા જ માગતો નથી. કોઈ માણસ કેવી રીતે પોતાના સભાનપણામાં પોતાની આંખોને વેચશે?"

ત્યારે તે ફકીરે કહ્યું - "પરંતુ ભાઈ, તું તો કહી રહ્યો હતો કે તારી પાસે કશું જ નથી. તું મરવા જઈ રહ્યો છે. તેમાં આંખો પણ મરત, કાન પણ મરત, હાથ પણ મરત, પગ પણ મરત, બધું જ મરી જતું. અને તું તો કહી રહ્યો છે તારી પાસે તો કશું જ નથી. તારી આંખોના તને દશ લાખ મળી રહ્યા છે, માત્ર આંખના જ મળી રહ્યા છે. હજી તું તારો સામાન વેચ, કરોડો અપાવી દઈશ."

પછી ફકીરે આગળ કહ્યું - "તો ભાઈ મરવાના વિચાર બાબતે તારો શો ખયાલ છે? "

તેણે કહ્યું - "હવે હું મરી શકતો નથી. મને પહેલી વાર એવો વિચાર આવ્યો કે મારી પાસે આંખો છે, જેને દશ લાખમાં પણ વેચી ન શકાય. પરંતુ મેં મારી આંખો માટે પરમાત્માને ક્યારે પણ ધન્યવાદ આપ્યો નહીં. હું બસ રોંદણાં જ રડતો રહ્યો કે મારી પાસે કશું જ નથી, કશું જ નથી. હું કાયમ ફરિયાદો જ કરતો રહ્યો. મારં જીવન તો ફરિયાદોની એક લાંબી ગાથા છે. તમે ખૂબ સારું કર્યું કે મને ચેતવી દીધો."

ફકીરે તે માણસને કહ્યું, "ભાઈ તે માટે તો હું તને અહીં લઈ આવ્યો હતો. હવે તારી મરજી, તારે જે કરવું હોય તે કર."

એ દિવસથી એ માણસનું જીવન બદલાઈ ગયું. તેની ફરિયાદો સમાપ્ત થઈ ગઈ - હવે પ્રાર્થનાનો આરંભ થયો. એ દિવસથી તે મંદિરમાં જવા લાગ્યો, અને ઈશ્વરને ધન્યવાદ આપવા લાગ્યો - "પ્રભુ ! તમારી કેટલી મોટી અનુકમ્પા છે મારા ઉપર. મને આંખો આપી છે, જેને હું દશ લાખમાં પણ વેચી શકતો નથી, કરોડમાં પણ ના વેચી શકું. તમે મને આટલું બધું આપ્યું છે અને જેને માટે મારી કોઈ જ પાત્રતા પણ નથી. શા કારણે આપ્યું છે, મને તો તેની ખબર પણ નથી. તમે તો એ તમારા પ્રેમને કારણે જ બધું કર્યું હશે..... "

... તો તમે, જે તમારી પાસે છે એને જોવાનું શરૂ કરો. તમારી પાસે ઘણું બધું છે. આ જીવન અમૂલ્ય છે. આને તમે કોઈ પણ કિંમતે વેચવા માટે રાજી થઈ શકતા નથી. જો કે તમે અત્યાર સુધી આ જીવનની બહુમૂલ્ય ભેટને માટે ક્યારે પણ ઈશ્વરનો આભાર માન્યો નથી.

ઓશો

'ક્યારે હું કબીરને પૂરેપૂરો પામ્યો'

૯

તણાવ અને વિશ્રામ

આપણે શરીરમાં જે તણાવનો અનુભવ કરીએ છીએ, એનું મૂળ કારણ છે કંઈક બનવાની ઇચ્છા. દરેક મનુષ્ય કંઈ ને કંઈ કરવાની ચેષ્ટા કરી રહ્યો છે. જે જેવો છે એનાથી સંતુષ્ટ નથી. આપણી હયાતિ આપણને પોતાને જ સ્વીકાર્ય નથી, એ બાબતને નકારી શકાય નહીં, અને ક્યાંક દૂરનું લક્ષ્ય નિર્મિત કરવામાં આવે છે. તો મૂળભૂત તણાવ છે - જે તમે છો અને તે જે બનવા ઇચ્છી રહ્યા છો, તે બન્ને વચ્ચેનું અંતર.

તમે જેની પણ આકાંક્ષા રાખો છો એ ભવિષ્યમાં પૂરી થશે. આજે તમે જે છો, જેની સાથે તમારી કોઈ જ લેવા-દેવા નથી. લક્ષ્ય જેટલું અશક્ય હશે, એટલો તણાવ વધારે હશે. તો ભૌતિકવાદી મનુષ્ય એટલો તણાવપૂર્ણ હોતો નથી, જેટલો આધ્યાત્મિક મનુષ્ય, કારણ કે તેના આદર્શો અને લક્ષ્ય અત્યંત ઉચ્ચ પ્રકારના હશે.

તમે અને તમારા લક્ષ્યની વચ્ચે જેટલું અધિક અંતર એટલો તણાવ વધારે, જેટલું અંતર ઓછું હશે, એટલો તણાવ પણ ઓછો. જો તમે સ્વયંથી પૂર્ણતયા સંતુષ્ટ હશો તો તણાવ સહેજ પણ નહી રહે. તમે આ જ ક્ષણમાં જીવો છો. મારી દૃષ્ટિમાં, તમારા હોવા અને બનવા વચ્ચે કોઈ જ અંતર નથી તો તમે ધાર્મિક છો.

આ અંતરના અનેક ઊંડાણો હોઈ શકે છે જેની તમે આકાંક્ષા રાખો છો, જો તે કોઈ શારીરિક બાબત છે તો તમારા ભૌતિક શરીરમાં તણાવ હશે. જેમ કે તમે સુંદર દેખાવા ઇચ્છો છો ખ્ તો આ તણાવ તમારા ભૌતિક શરીરમાં શરૂ થશે. જો એ વધારે ત્યાં રહ્યો, તો વધારે દૃઢ બનતો જશે ત્યારે તે અંદરની સપાટી કે ઊંડાણ સુધી પહોંચી જશે.

જો તમે માનસિક શક્તિ માટે ઝંખના રાખી રહ્યા છો તો માનસિક સ્તરે તણાવની શરૂઆત થશે અને ત્યાં પ્રસરશે. આનું ફેલાવું એવા પ્રકારનું હોય છે, જેમ તમે એક તળાવમાં પથ્થર ફેંકો છો ત્યારે એ કોઈ ચોકકસ બિંદુ એ પડે છે, પરંતુ તેની તરંગો પ્રસરતી ચાલી જાય છે. તો તણાવ તમારા સાત શરીરોમાંથી

કોઈ પણ શરીરમાં શરૂ થઈ શકે છે, પરંતુ તેનું કારણ તો ત્યાંનું ત્યાં જ રહે છે - તમારા હોવા અને તમારા બનવા વચ્ચેના અંતર પર.

તણાવથી મુકત થવાનો એક જ ઉપાય છે - સ્વયંનો સંપૂર્ણપણે સ્વીકાર. સંપૂર્ણ સ્વીકારથી ચમત્કાર ઘટિત થાય છે. આ એક માત્ર ચમત્કાર છે. કોઈ એવી વ્યક્તિની શોધ કરવી, જેને સંપૂર્ણપણે પોતાનો સ્વીકાર કરી લીધો છે, આ એક આશ્ચર્યજનક ઘટના છે.

અસ્તિત્વમાં કોઈ તણાવ નથી. તણાવ ઉત્પન્ન થાય છે વ્યક્તિગત, કાલ્પનિક સંભાવનાઓથી. વર્તમાનમાં કોઈ તણાવ નથી. તણાવ ઉત્પન્ન થાય છે બિન- અસ્તિત્વગત, કાલ્પનિક સંભાવનાઓને કારણે. વર્તમાનમાં કોઈ તણાવ નથી. કલ્પના તમને ભવિષ્ય તરફ દોડાવે છે, અને એ જ કારણે તણાવ પેદા થાય છે. મનુષ્ય જેટલો અધિક કલ્પનાશીલ હોય એટલો એ વધારે તણાવમાં જીવે છે. ત્યારે પછી કલ્પના વિનાશક બની જાય છે.

કલ્પના રચનાત્મક પણ હોઈ શકે છે. જો તમારી કલ્પનાની પૂરેપૂરી ક્ષમતા આ ક્ષણમાં કેન્દ્રિત હશે, આગળ દોડી રહેલ નથી તો તમે જોઈ શકો છો કે તમારું અસ્તિત્વ એક કાવ્ય છે. તમારી કલ્પના શક્તિ જીવનમાં ખર્ચાઈ રહી છે, યોજનાઓને બનાવવામાં નહીં. વર્તમાનમાં જીવવું જ તણાવમુક્ત જીવન જીવવું છે.

... જો તમારું શરીર તણાવ મુક્ત વર્તમાનમાં જીવી શકે તો ઉચિત અર્થોમાં સ્વાસ્થ્યનો જન્મ થાય છે. શરીર આવા વિશ્રામને ઉપલબ્ધ બને છે, જે તમે ક્યારે પણ અનુભવેલ નહીં હોય. ત્યારે તેના માટે ક્ષણ જ શાશ્વત બની જાય છે. પછી તમે ભોજન લઈ રહ્યા છો તો ભોજન જ તમારા માટે સર્વસ્વ હશે. એની આગળ કંઈ નહીં, અને પાછળ કંઈ નહીં. ભોજન કરનાર કોઈ નહીં હોય, ભોજનની ક્રિયા જ બધું જ હશે.

જો તમે દોડ લગાવી રહ્યા છો અને દોડવું તમારી એકાગ્રતા બની ગઈ છે, દોડવાથી જે સંવેદનાઓ ઉદ્દભવી રહી છે, એની સાથે તમે એકાકાર બની ગયા છો, એનાથી અલગ કે ભિન્ન નથી હોતા, દોડવાથી તમે બીજું કંઈ પ્રાપ્ત કરવા ઇચ્છતા નથી, દોડવું જ તમારું લક્ષ્ય છે, તો તમારું શરીર એક વિધાયક સ્વાસ્થ્યનો અનુભવ કરે છે. શરીરના સ્તર પર તમે વિશ્રામપૂર્ણ અંતરતમને અનુભૂત કરી લીધા છે.

ઓશો

'ધી સાઈકૉલોજી ઑફ ધી ઈસોટેરિક'

૧૦

કેન્સર માનસિક રોગ છે

કેન્સર મૂળભૂત રીતે માનસિક રોગ છે. આ મનમાં પેદા થાય છે, શરીરમાં નહીં. જ્યારે મન અત્યંત તણાવથી ભરાઈ જાય છે, એટલું અધિક કે એ અસાધ્ય બની જાય તો તે શરીરના કોષોને પ્રભાવિત કરવા લાગે છે. આદિવાસી સમાજમાં કોઈ કેન્સર નહીં હોય, આ વિકસિત સભ્યતા અત્યંત જટિલ હોય છે.

કેન્સરનો વિનાશ જરૂરી છે. મનની એક ખાસ ન્યૂરૉટિક, વિક્ષિપ્ત સ્થિતિમાં કેન્સર ઉછરે છે. જો મન શાંત હોય તો શીઘ્ર શરીર પણ તણાવરહિત બની જાય છે. વૈજ્ઞાનિકો હજી સુધી કેન્સર માટેનું શક્તિશાળી ઔષધ શોધી શક્યા નથી. જો તેઓ આવું ઔષધ શોધી પણ લે છે તો સંસારમાં તેનાથી પણ અધિક ખતરનાક બીમારીઓને પેદા કરી લેશે કારણ કે એનો ઈલાજ દમન પર આધારિત હશે. કેન્સરને મારવા માટે જેટલાં વિષાક્ત ઔષધો શોધાશે કે ઝેર શરીરમાં વહ્યા કરશે અને તે ગમે માર્ગે બહાર નીકળશે.

સદીઓથી આ જ પ્રમાણે બનતું આવ્યું છે. નાની નાની બીમારીઓ તો ઠીક થઈ જાય છે, અને મોટી બીમારીઓ પેદા થઈ જાય છે. આ બીમારીઓ પહેલાં કરતાં અધિક ખતરનાક, અધિક જટિલ હોય છે કારણ કે પહેલી બીમારી શરીરની સ્વાભાવિક પ્રતિક્રિયા હોય છે, બીજી બીમારી કૃત્રિમ હોય છે.

તમે એને દબાવશો તો ત્રીજી બીમારી ઉદ્દભવશે. હવે કેન્સર સર્વાધિક સંઘાતક રોગ બની ગયો છે. એને દબાવામાં આવશે તો મનુષ્યના શરીરમાં અને મનમાં એના કરતાં પણ અધિક ભયાનક રોગ પેદા થશે.

ઓશો

'સૂફીઝ, ધી પીપલ ઑફ ધી પાથ'

૧૧

માનસિક બીમારીનું પોતાનું તળ છે

જ્યારે કોઈ ચિકિત્સક દર્દીને કહે છે કે તમને માનસિક બીમારી છે, તો દર્દીને સારું લાગતું નથી કારણ કે માનસિક બીમારીમાં એવો ભાવ લાગે છે કે નાહકની જ બીમારી દેખાડી રહ્યા છે. આ વાત અનુચિત છે કે કોઈ માણસને નાહક બીમારી દેખાડી રહ્યા છે. બીમારી માનસિક કારણ છે અને બીમારીના માનસીક કારણો એટલાં જ મહત્ત્વપૂર્ણ છે, એુ માટે કોઈ પણ દર્દીને ભૂલેચૂકે પણ એમ કહેવું કે તમને માનસિક બીમારી છે - તમે મેન્ટલી ઇલ છો - ચિકિત્સકનો દુર્વ્યવહાર છે. આનાથી એ બીમાર સાજો નહીં થાય, એ ચિકિત્સકની વિરુદ્ધ થઈ જશે.

શા માટે હજી સુધી આપણે માનસિક બીમરીના સંદર્ભમાં સદ્દભાવ પેદા કરી શકયા નથી. જો મારા પગમાં ઈજા થઈ છે તો બધાં સહાનુભૂતિ દેખાડશે. પરંતુ જો મારા મનમાં ઈજા છે તો લોકો કહેશે કે આ તો માનસિક બીમારી છે, જાણે કે મેં કોઈ બહુ ગંભીર ભૂલ કરી દીધી છે. પગમાં ઈજા થાય છે તો સહાનુભૂતિ પણ મળતી, પરંતુ માનસિક બીમારી જાણે મારી કોઈ ગંભીર ભૂલ છે. ના, ભૂલ નથી.

માનસિક બીમારીનું પોતાનું સ્તર હોય છે. પરંતુ ચિકિત્સક તેને સ્વીકાર કરતા નથી. માત્ર એટલા માટે કે તેમની પાસે ફક્ત શારીરિક ચિકિત્સાના ઉપાયો છે અને કોઈ કારણ નથી. એ કહે છે આ બીમારી નથી. ખરેખર તો તેમણે કહેવું જોઈએ કે મારા હાથમાં કશું જ નથી. તમે કોઈ બીજા ચિકિત્સકને શોધો અથવા તો મારે કોઈ અન્ય પ્રકારના ચિકિત્સક બનવું પડશે.

આ માણસને અંદરથી બહાર તરફ આવનાર ઈલાજ જોઈએ અને હોઈ શકે છે, ખુબ જ નાની વાત પણ જીવન બદલી નાખે. ધ્યાન મારા માટે અંદરથી બહાર તરફ આવનારી ચિકિત્સા છે.

ઓશો

'હંસીબા ખેલિબા ધરિવા ધ્યાનમ્'

૧૨

તણાવના અન્ય મૂળભૂત કારણ

વ્યાકુળતા

તણાવનું હોવું જ વ્યાકુળતા છે. ઓછી કે વધતી, પરંતુ એવા મનુષ્યની શોધ કરવી મુશ્કેલ છે, જે વ્યાકુળ ન હોય. મનુષ્ય વ્યાકુળ બનશે જ.

નીત્શે એ કહ્યું છે કે મનુષ્ય એવા છે, જાણે એક પુલ, બે કિનારાઓ ઉપર ટકેલો, વચ્ચેથી અધ્ધર લટકતો. પાછળ પશુનું જગત છે અને આગળ પરમાત્માનું સત્ય, અને મનુષ્ય વચમાં લટકેલો છે. તે પશુ પણ નથી અને પરમાત્મા પણ નથી બની ગયો. પશુ હોવાથી થોડો ઊંચે ઊઠી આવ્યો છે. પરંતુ તેના મૂળિયાં તો પશુતામાં પ્રસરેલાં છે. કોઈ પણ મૂર્છાની ક્ષણોમાં એ પુનઃ પશુ સમાન બની જાય છે અને આગળ પરમાત્માની વિરાટ સંભાવના છે. તેમાં જ દિવ્યતાના પુષ્પો ખીલી શકે છે.

ભવિષ્ય છે; તે ભવિષ્યને ખેંચે છે. ભૂતકાળને પણ ખેંચે છે, કારણ કે ભૂતકાળમમાં આપણાં અનુભવો છે, આપણાં મૂળિયાં છે. અને ભવિષ્ય અને ભૂતકાળની વચ્ચે એક તણાવ છે.

કોઈ પ્રાણી કે પશુ આટલું વ્યાકુળ હોતું નથી, જેટલો મનુષ્ય. પશુઓની આંખોમાં નીરખો; કોઈ વ્યાકુળતા નથી, કોઈ અશાંતિ નથી. પશુ પોતાના અસ્તિત્વથી રાજી છે. કૂતરો કૂતરો છે. બિલાડી બિલાડી છે. તમે કોઈ સિંહને એક કહી શકતા નથી કે તું ઓછો સિંહ છે અને કોઈ કૂતરાને એમ કહી શકતા નથી કે તું ઓછો કૂતરો છે. પરંતુ તમે મનુષ્યને કહી શકો છો કે તું ઓછો મનુષ્ય છે. દરેક મનુષ્ય બરાબર મનુષ્ય નથી, પરંતુ દરેક કૂતરાની બરાબર કૂતરા છે. કૂતરો જન્મથી જ કૂતરો છે. મનુષ્ય જન્મથી માત્ર એક બીજ છે. હોઈ પણ શકે છે, અને ન પણ હોઈ શકે છે.

મનુષ્યને બાદ કરતાં બધાં પશુઓ પુરેપુરાં પશુઓ જ પેદા થાય છે; મનુષ્ય અપૂર્ણ છે. આ જ અપૂર્ણતામાં વ્યાકુળતા છે. એના પૂર્ણ થવાના માત્ર બે જ

માર્ગ છે કાં તો આદમ પાછો નીચે આવીને પશુ બની જાય, તો થોડી રાહત મળે છે. ક્રોધમાં તમને જે રાહત મળે છે, હિંસામાં જે રાહત મળે છે, સંભોગમાં જે રાહત મળે છે, દારૂમાં જે રાહત મળે છે, તે નીચે પશુ બની જવાની રાહત છે. તમે પતિત થઈને એ વિચાર છોડી દો છો કે કંઈ બનવાનું છે. પતનથી તમે રાજી થઈ જાઓ છો.

પરંતુ આ રાહત ખૂબ થોડા સમય સુધી જ ટકી શકે છે. આ રાહત માત્ર થોડા જ સમય સુધી એ માટે ટકી શકે છે, કારણ કે પતનની પ્રકૃતિ સિવાય કોઈ ઉપાય નથી. કોઈ વૃદ્ધ પુનઃ બાળક બની શકે નહીં. થોડા સમય પુરતું પોતાને ભૂલી શકે છે. બાળકોના રમકડાંઓમાં ખોવાઈ જઈ શકે છે. ઢિંગલા - ઢિંગલીના લગ્ન પણ કરાવી શકે છે. આ સિવાય થોડા સમય પૂરતું એ ભૂલી પણ જાય કે હું વૃદ્ધ છું. પરંતુ આ તો વિસ્મરણ માત્ર છે. કોઈ વૃદ્ધ પુનઃ બાળક બની શકે નહીં.

અને આ ભૂલવું ક્યાં સુધી ચાલશે? આ વિસ્મરણ ક્યાં સુધી ચાલશે? આ થોડી જ વારમાં વિખેરાઈ જશે. વાસ્તવિકતાને વધારે સમય સુધી વિસારે પાડી શકાય નહીં. અને જેવો એ ભ્રમ ભાંગશે, વૃદ્ધ પુનઃ વૃદ્ધ જ બની જશે.

મનુષ્ય પશુ બની શકે છે. તમે ક્રોધની મઝા થોડા સમય પૂરતી લઈ શકો છો, પરંતુ કેટલા સમય સુધી? અને જેવા તમે ક્રોધમાંથી બહાર આવશો, પશ્ચાતાપની શરૂઆત થઈ જાય છે. તમે દારૂ પીને થોડા સમય સુધી બધું ભૂલી શકો છો, પરંતુ કેટલો સમય? જેવા તેના નશામાંથી બહાર આવશો અને પશ્ચાતાપની શરૂઆત થઈ જાય છે.

જેટલી પણ મૂર્છાની વિધિઓ છે, તે પશુ હોવાના માર્ગો છે. માણસ, માણસ જેવો છે, એવો જ રહે, તો વ્યાકુળ છે. કાંતો પતિત બને, તો રાહત મળે છે. પરંતુ એ રાહત થોડી ક્ષણો પૂરતી જ હોય છે. જેને આપણે સુખ કહીએ છીએ, એ પશુતાના સુખો છે. અને એ કારણે જ એ સુખો ક્ષણભંગુર હોય છે. કારણ કે આપણે સદા માટે પશુ બની રહી શકતા નથી. પાછા ફરવાના કોઈ ઉપાય નથી. માત્ર આગળ જવાના જ ઉપાય છે.

બીજો ઉપાય છે કે માણસ વ્યાકુળતાની બહાર થઈ જાય કે પરમાત્માની સાથે પોતાનું એક થવું જાણી લે. એની અંદર જે સંતાયેલું છે, એ પૂર્ણ રીતે પ્રગટ થઈ જાય. મનુષ્ય પોતાનું ભવિષ્ય બની જાય. એ જે બની શકે છે, એ બની જાય. તો જ એવી શાંતિ આવશે, જેવી ગાયની આંખોમાં જોવા મળે છે. એ કારણે સંતોની આંખોમાં હંમેશાં પ્રાણીઓના જેવી સરળતા પુનઃ પાછી ફરે છે. પરંતુ એ પશુઓ જેવી છે પાશવિક નથી.

પશુ પણ શાંત છે. એ કારણે શાંત છે કે હજી તેનામાં વ્યાકુળતાનો બોધ ઉદ્દભવ્યો નથી. હજી વિકાસનો ખ્યાલ પેદા થયો નથી. હજી આગળ વધવાની

આકાંક્ષા પેદા થઈ નથી. હજી આકાશને આંબવાની અને સ્વતંત્રતા તરફ ઉડવાની પાંખો લાગી નથી. હજી સત્યનું સ્વપ્ન પેદા થયું નથી. જે પ્રમાણે સૂતેલો માનવી શાંત હોય છે, એવી જ રીતે પશુ શાંત હોય છે.

સંત પણ શાંત બની જાય છે. પરંતુ સ્વપ્ન પૂર્ણ થઈ ગયું, એ માટે સત્યની પ્રાપ્તિ કરી લીધી . સંત સંપૂર્ણ બની ગયા. હવે એ અપૂર્ણ નથી. અપૂર્ણતામાં વ્યાકુળતા રહેશે. તો તમે એકલા જ વ્યાકુળ છો, એવું નથી. માનવી જ વ્યાકુળ છે. અને આ વ્યાકુળતાનો, પૂછ્યું છે, શો ઉપયોગ કરવો? આ વ્યાકુળતાનો ઉપયોગ કરો, એ જે ભવિષ્ય છે એને પ્રાપ્ત કરવા માટે; તમે જે બની શકો છો, એ બનવા માટે. આ વ્યાકુળતામાં ગુંચવાયેલા ન રહો અને આ વ્યાકુળતાના ભારને લઈને ફર્યા ન કરો. તેનો ઉપયોગ કરી લો.

આપણે આપણી વ્યાકુળતાનો ઉપયોગ એક રીતે કરીએ છીએ, અને એનો ઉપયોગ બીજી રીતે પણ કરીએ છીએ બન્ને રીતમાં જોખમ સમાયેલું છે. ક્રોધ, હિંસા, ઘૃણા, ઈર્ષા, પ્રતિસ્પર્ધા અને સંઘર્ષ માં આપણે વ્યાકુળતાને બહાર કાઢવા ઉપયોગમાં લઈએ છીએ. પરંતુ આ વ્યાકુળતા સમાપ્ત નહીં થાય કારણ કે વ્યાકુળતાનું કારણ એ નથી.

જ્યાં સુધી તમારી અંદરની મૂર્તિ નીખરતી નથી અને જ્યાં સુધી તમારી અંદરનો સ્વભાવ પ્રગટ થતો નથી અને જ્યાં સુધી તમારી અંદર સમાયેલું બીજ અંકુરિત બનીને ફૂલ બનતું નથી, ત્યાં સુધી તમારી વ્યાકુળતા સમાપ્ત થશે નહીં. હા, થોડા સમય માટે તમે તમારી વ્યાકુળતાને કોઈની પર ઠાલવી શકો છો. એને ઠાલવવામાં તમને રાહત પ્રાપ્ત થશે. પરંતુ તમે તમારી શક્તિને વ્યર્થ ખરચી રહ્યા હો છો. આ શક્તિથી વિરાટ યાત્રા થઈ શકતી હતી, એનાથી તો તમે માત્ર લોકોને અને સ્વયંને દુઃખી કરી રહ્યા છો. એક તો આપણે આનો આ ઉપયોગ કરીએ છીએ.

બીજો ઉપયોગ આપણે એ કરીએ છીએ કે જ્યારે આપણી વ્યાકુળતાને આપણે બહાર કાઢી શકતા નથી અને આપણી વ્યાકુળતાને આપણે બહાર ફેંકી શકતા નથી, ત્યારે આપણે આપણી એ વ્યાકુળતાને ભુલવા માટેના ઉપાયો યોજીએ છીએ. જેને માટે કોઈ દારૂ પીએ છે, કોઈ સિનેમાઘરમાં જઈને બેસી જાય છે. કોઈ સંગીત સાંભળવા લાગી જાય છે. આપણે પ્રયત્ન કરીએ છીએ કે આ અંદર ચાલી રહેલું જે તોફાન છે, તેને ભૂલી જઈએ, એને યાદ પણ ન રાખીએ. આ પણ સમય અને શક્તિનો અપવ્યય છે.

એક ત્રીજો અને ઉચિત માર્ગ છે. તે તો એ છે, આ વ્યાકુળતાને સમજવી, અને આ વ્યાકુળતાને સાધનામાં રૂપાંતરિત કરીએ. આ વ્યાકુળતા એ સાધના બની શકે છે. એને ભૂલવાની કોઈ જરૂર નથી. ન તો એને રૂગ્ણ અને હિંસાના

માર્ગો પર પ્રેરિત કરવાની જરૂરિયાત છે. આ વ્યાકુળતાનો આધ્યાત્મિક ઉપયોગ થઈ શકે છે. **આ વ્યાકુળતા એક નિસરણી બની શકે છે. આ વ્યાકુળતા એક શક્તિ છે; એક ઉકળતી ઊર્જાનો પ્રવાહ છે. આ પ્રવાહ તમને ઉપર તરફ લઈ જઈ શકે છે.**

ક્રોધ મુક્તિના ઉપાય

નાનો પ્રયોગ કરો. તમને ખયાલ નહીં હોય. તમને ક્રોધ આવી જાય, ત્યારે તમે વિચારો છો, એક જ માર્ગ છે ક્રોધને પ્રગટ કરવાનો કે ક્રોધને પ્રગટ કરો. અથવા તો એક માર્ગ એ છે કે ક્રોધને દબાવી દો અને એને પી જાઓ. પરંતુ પી લીધેલો ક્રોધ આગળ - પાછળ પ્રગટ થશે. પી લીધેલો ક્રોધ પી શકાય નહીં, એ ઝેર તો ઉકળ્યા જ કરશે અને ક્યાંક ને ક્યાંક તે બહાર નીકળશે. એમાં વધારે જોખમ રહેલું છે કારણ કે એ એવા લોકો પર નીકળશે, જેમની સાથે તેઓ કોઈ જ સંબંધ નહોતો. અને ક્યાંકને ક્યાંક તો તેની છાયા પડશે અને જીવનને નુકશાન થશે.

માઈકલ એન્જલોએ લખ્યું છે કે જ્યારે મને ક્રોધ પકડી લે છે, ત્યારે હું છીણી લઈને મારી મૂર્તિ બનાવવામાં લાગી જાઉં છું; પથ્થર તોડવા લાગું છું. હું આશ્ચર્યચકિત બની જાઉં છું કે પાંચ - સાત મિનિટ સુધી પથ્થરને તોડ્યા પછી હું એકદમ હળવો ફૂલ બની જાઉં છું; ક્રોધ તદ્દન નાશ પામી ગયો. કોઈ માણસને તોડાવાની જરૂર નથી. મનોવૈજ્ઞાનિકો કહે છે કે જ્યો તમને ક્રોધ આવે, ત્યારે તમે એક નાનકડો પ્રયોગ કરો. તમને નવાઈ લાગશે કે ક્રોધ નવી યાત્રા પર નીકળી શકે છે. ક્રોધથી માઈકલ એન્જલો મૂર્તિ બનાવી લે છે અને ક્રોધથી જ સૃજનાત્મક બની થાય છે.

મનોવૈજ્ઞાનિકો કહે છે કે જ્યારે તમને ક્રોધ આવે ત્યારે તમે માત્ર એટલું જ કરો કે જોરથી તમારી મુઠ્ઠીઓ ભીંસી લો અને ખોલો, આ પ્રમાણે પાંચ વાર કરો અને જુઓ તમારો ક્રોધ છુમંતર થઈ જાય છે. તમે કહેશો કે, આ સરળ નથી. પરંતુ કરીને જોઈ જુઓ. જેટલા જોરથી મુઠ્ઠીને બંધ કરી શકો છો કરો, સંપૂર્ણ તાકાત લગાવી દો, અને ખોલો, ફરીથી બંધ કરો અને ખોલો - પાંચ વાર. પછી પાછું ફરીને જુઓ કે ક્રોધ ક્યાં ગયો. તમને પણ નવાઈ લાગશે કે ક્રોધ હળવો બની ગયો અથવા તો ગાયબ જ થઈ ગયો કે સમાપ્ત થઈ ગયો.

જાપાનમાં બાળકોને એવું શીખવવામાં આવે છે કે જ્યારે પણ ક્રોધ આવે, તમે ઊંડા શ્વાસ લો અને છોડો. તમે આવી રીતે પંદરથી વીસ વખત શ્વાસ લેશો અને છોડશો, તો તમે જોઈ શકશો કે ક્રોધ ક્યાં જતો રહ્યો તમને પણ નવાઈ

લાગશે કે તમારો ક્રોધ વિલીન થઈ ગયો. ન તો તેને દબાવવો પડ્યો, ન તો તેને કોઈના પર પ્રગટ કરવો પડ્યો. અને વીસ ઊંડા શ્વાસોચ્છ્વાસ સ્વાસ્થ્ય માટે પણ લાભકારક છે. આ સૃજનાત્મક બની ગયું.

જે બંધાયેલા રસ્તાઓ છે, તે અંતિમ રસ્તા હોતા નથી. અધ્યાત્મ, જીવનની સમસ્ત વ્યાકુળતાનો નવો ઉપયોગ કરવનું શીખવે છે. જેમ જ્યારે તમને ક્રોધ આવે, ત્યારે તમારી આંખો બંધ કરી લો અને ક્રોધ પર ધ્યાન ધરો. મુઠ્ઠી ભીંચીને પણ શક્તિનો વ્યય થશે. શ્વાસ લો, તો સ્વાસ્થ્ય માટે થોડો લાભકર્તા જ બનશે. મૂર્તિઓને બનાવશો, તો થોડું સૃજનાત્મક કાર્ય પણ થશે.

પરંતુ જ્યારે ક્રોધ આવે, ત્યારે આંખો બંધ કરીને ક્રોધનું ધ્યાન ધરો. ગમે તે કરો, માત્ર ક્રોધને જ જુઓ કે ક્રોધ શું છે? ક્રોધના દર્શન કરો. સાક્ષી બનીને બેસી જાઓ. જાણે કે બીજું કોઈ ક્રોધમાં છે અને તમે જોઈ રહ્યા છો. પોતાના ક્રોધથી પ્રતિમાનું પૂરેપૂરું નિરીક્ષણ કરો.

થોડા જ નિરીક્ષણમં તમે જોઈ શકશો, ક્રોધ સમાપ્ત થઈ ગયો, ક્રોધ વિલીન થઈ ગયો. જેમ મુઠ્ઠીને બંધ કરવાથી વિલીન થાય છે, પથ્થર તોડવાથી વિલીન થાય છે, તેમ જ નિરીક્ષણ કરવાથી પણ વિલીન થાય છે.

પરંતુ ક્રોધ નિરીક્ષણથી જ્યારે તે વિલીન થાય છે તો ક્રોધમાં સમાયેલી છુપી શક્તિ હતી, તે તો તમારા અંતર-આત્માનો હિસ્સો બની જાય છે. જ્યારે તમે મુઠ્ઠી બંધ કરો છો ત્યારે તેની શક્તિ બહાર ચાલી જાય છે. પરંતુ તમે જ્યારે તેનું શુદ્ધ નિરીક્ષણ કરો છો, માત્ર એક સાક્ષી બનીને જ અંદર રહી જાઓ છો કે ક્રોધ આવ્યો છે, હું તેને જોઈશ અને કંઈ પણ કરીશ નહીં; આ ક્રોધના પક્ષમાં, વિપક્ષમાં કંઈ પણ નહીં કરું, માત્ર જોયા જ કરીશ. એમ પણ નહીં કહું કે ક્રોધ ખરાબ છે. એમ પણ નહીં કહું કે મને શા માટે ક્રોધ આવ્યો છે. માત્ર જોઈ જ રહીશ. જેમ આકાશમાં વાદળ પસાર થઈ રહ્યું હોય છે, એ પ્રમાણે અંદરથી પસાર થતાં ક્રોધને હું જોયા કરીશ. માત્ર જોયા કરીશ, કંઈ પણ નહીં કરું.

તમે નવાઈ પામી જશો. થોડી જ ક્ષણોમાં જોતજોતામાં, ક્રોધ શાંત થઈ ગયો છે. અને ક્રોધને શક્તિ હતી, તે તમારી અંદર ઉપલબ્ધ થઈ ગઈ છે.

જ્ઞાની જીવનની સમસ્ત વ્યાકુળતાને, નિરીક્ષણ અને સાક્ષી દ્વારા અંતર્યાત્રાના ઉપયોગમાં લઈ આવે છે. એ ફ્યૂલ બની જાય છે, એ ઈંધણ બની જાય છે. આવું એ માટે અનેક વખત બન્યું છે કે મહાક્રોધી ક્ષણભરમાં આધ્યાત્મિક બની ગયા છે.

આપણે વાલ્મિકીની કથા સાંભળી છે. એવી એનક કથાઓ છે. આપણને નવાઈ લાગશે કે આટલા ક્રોધ, હિંસક, હત્યારા પ્રકારના વ્યક્તિ ક્ષણભરમાં કેવી રીતે આધ્યાત્મિક જીવનમાં પ્રવેશ પામી ગયા? રહસ્ય, એનું રહસ્ય ઉચિત છે.

ખરેખર તો જો તમારી પાસે ક્રોધની શક્તિ પણ નથી, તો તમારી પાસે ઈંધણ પણ નથી, તો તમે શાનો ઉપયોગ કરશો? એ માટે સાધારણ ક્રોધી આધ્યાત્મિક બની શકતો નથી. વિચાર કરજો. સાધારણ કામવાસનાથી ભરેલી વ્યક્તિ પણ આધ્યાત્મિક બની શકતી નથી. તેની પાસે જે પણ છે, એમાં એ માત્ર હુંફાળી જ બની શકે છે, ઉકળી શકતી નથી. તેની પાસે શક્તિ ક્ષીણ છે.

એ માટે તમે ગભરાશો નહીં. જો અધિક વ્યાકુળતા છે, સૌભાગ્ય છે. જો કામવાસના પ્રબળ - પ્રગાઢ છે, સૌભાગ્ય છે. જો ક્રોધ ભયંકર છે, પરમાત્માની બહુ મોટી કૃપા છે. આનો અર્થ એ કે તમારી પાસે ઈંધણ છે. હવે આ બીજી વાત છે કે આ ઈંધણથી તમે યાત્રા કરશો કે ઘરને સળગાવશો. એમાં તમે પણ સળગી મરશો અથવા તો આ ઊર્જાનો ઉપયોગ કરીને યાત્રા પર નીકળી શકો છો, એ તમારા હાથમાં છે.

પરમાત્માએ જે પણ આપ્યું છે, એ બધું જ ઉપયોગી છે. ભલે એ વિકૃત દેખાઈ રહ્યું હોય અને ભલે ગમે તેટલું ખતરનાક અને પાપપૂર્ણ લાગી રહ્યું હોય, જે પણ મનુષ્યને મળ્યું છે, એ બધાની ઉપયોગિતા છે. જો તમે તેનો ઉપયોગ ન કરી શક્યા, તો તમારા સિવાય બીજું કોઈ એને માટે જવાબદાર નથી.

થોડાં લોકો છે, તેઓને જો ખાતર આપી દેવામાં આવે તો, તેઓ ઘરમાં ઢગલો લગાવીને ગંદકીથી ઘર ભરી દેશે. તેમના ઘર દુર્ગંધથી ભરાઈ જશે અને અને થોડાં લોકો એવા છે જેઓ એ ખાતરને બગીચામાં નાખશે. અને એ જ ખાતરને કારણે બગીચો ફૂલોથી ભરાઈ જશે અને તેમના ઘર સુગંધીથી ભરાઈ જશે. જે લોકો ખાતરને સાચવીને બેસી જાય છે, અને ઈશ્વરને ગાળો આપે છે કે અમારા પર જ આવા પ્રકારનો અભિશાપ છે કે આ ખાતર અમારા પર નાખી દીધું છે. જેઓ જાણે છે, તે ખાતરમાંથી ફુલોને નિર્મિત કરી લે છે.

ફૂલોની જે સુગંધ છે, તે ખાતરની જ દુર્ગંધ છે. ફૂલોમાં જે રંગો છે, તે ખાતરમાંથી આવ્યા છે, આ બધું ખાતરમાંથી રૂપાંતરિત થયેલું છે.

મનુષ્યની પાસે ક્રોધ, ઘૃણા, હિંસા એ ખાતર છે; અધ્યાત્મના ફૂલો તેમાંથી ખીલી શકે છે. જો તમે તમારા અંતરાત્માને જાગૃત કરવાનો પ્રયત્ન કર્યો.

તો વ્યાકુળતા અને અશાંતિથી ગભરાશો નહીં. અંદર પાગલપણું ઉકળતું હોય, ભયભીત ન બનશો. તેનો ઉપયોગ કરો. તેના સાક્ષી બનવાની શરૂઆત કરો. જ્યારે પણ કોઈ વસ્તુ અંદર પકડે, તો તેને અવસર માની લો કે આ એક ધ્યાનનો અવસર છે, તેના પર ધ્યાન કરો.

પરંતુ આપણે એનાથી વિપરીત રીતે વર્તીએ છીએ. જ્યારે ક્રોધ આવે છે, ત્યારે આપણે રામ રામ જપીએ છીએ. આપણે વિચારીએ છીએ કે આપણે ધ્યાન ધરી રહ્યા છીએ. રામ રામ જપવું તો માત્ર ડાયવર્ઝન છે. એ તો ક્રોધ

ઉકળી રહ્યો છે, અને તમે તમારા મનને બીજે વાળી રહ્યા છો, જેથી ક્રોધમાં ફસાવું ન પડે. આ તો તમે રામ - રામ જપીને પોતાની જાતને થોડા સમય માટે બચાવી રહ્યા છો, મસ્તિષ્કને બીજે વાળી રહ્યા છો. પરંતુ ક્રોધ તો ત્યાં જ પડેલ છે, એ બદલાશે નહીં. તમારા ખસી જવાથી નહીં બદલાય; તમારા જામી જવાથી અને જોવાથી એ બદલાશે. તમે એને પીઠ પર ઊંચકશો તો ક્રોધ વધારે ઘાયલ બનાવશે. તમારી અંદર, એ વધારે ઊંડા મૂળ પ્રસારશે. તમે તમારી બન્ને આંખોને જ્યારે ક્રોધ પર ખુંચાડી દેશો. અને એ જ ક્ષણ છે કે તમે સભાનતાપૂર્વક ક્રોધને જોઈ લો.

કામવાસના મનને પકડે, તો ભાગો નહીં. ગભરાવ નહીં. રામ-રામ જપશો નહીં. કામવાસનાને સીધેસીધી રીતે જુઓ. કામવાસનાઓનો સાક્ષાત્કાર જરૂરી છે. પરંતુ મનુષ્યને તેનાથી નાસી છૂટવાનું શીખવવામાં આવેલું છે. તેને કહેવામાં આવ્યું છે, જ્યાં પણ કંઈ ખરાબ દેખાય, ત્યાંથી નાસી છૂટો.

પરંતુ ભાગીને જશો ક્યાં? ખરાબી તો તમારી અંદર છે, તે પણ તમારી સાથે આવી જશે. પોતાની જાતથી નાસી છૂટવાનો કોઈ પણ માર્ગ નથી. જો ખરાબી ક્યાંક બહાર હોત તો આપણે ભાગી પણ શકતા. તે તો આપણી અંદર જ ઊભેલી છે, એને બદલવી પડશે. આ ખાતરનો ઉપયોગ કરવો પડશે. તેનો ઉપયોગ કરવો વધારે અઘરું નથી.

મુશ્કેલી માત્ર બે છે. એક તો આપણે અગાઉથી જ દુર્ભાવ બનાવીને બેસી ગયા છીએ. જે માનવી ખાતરનો શત્રુ બનીને બેસી ગયો હોય, તે ખાતરનો ઉપયોગ કરી શકશે નહીં. આપણે પહેલાંથી જ માની બેઠા છીએ, ક્રોધ ખરાબ છે, ઘૃણા ખરાબ છે, બધું જ ખરાબ છે. અને આપણે તે બધાંથી ભરેલા છીએ. ખરાબની જે ધારણા છે, તે જવા દેતી નથી. ખરાબની જે ધારણા છે, તે નિષ્પક્ષ વિચાર કરવા દેતી નથી. ખરાબની ધારણા છે, તે સમજવા પહેલાં તો આપણે ભાગવામાં અને લડવામાં પોતાની ઊર્જા ખરચી નાખીએ છીએ.

તો, એક તો ધારણાઓને ત્યજી દો. નિર્ધારણ પૂર્વક જોવાની શરૂઆત કરો. તથ્ય તેઓની સામે જ પ્રગટ થાય છે, જેઓ કોઈ પણ ધારણાઓ સિવાય જોવાનો પ્રયત્ન કરે છે. જેઓ ધારણાથી જુએ છે, તેઓ તો પોતાની ધારણાઓની પરિપુષ્ટિ કરી લે છે.

બીજી બાબત, ભાગવાની ટેવ છોડી દો. આખીય પૃથ્વી પર આપણને પલાયન શીખવામાં આવ્યું છે, ભાગો, બચો. ભાગવાથી ક્યારે પણ કોઈ વિજય પ્રાપ્ત થતો નથી. ક્રોધ આવી ગયો છે, તો તમે રેડિયો ખોલીને બેસી ગયા છો, મનમાં કામવાસના ઉદ્દભવે છે તમે રામાયણ વાંચવા બેસી જાઓ છો. ઘૃણા મનમાં જાગી છે, હિંસાનો ભાવ આવે છે, તો મંદિર ચાલ્યા જાઓ છો.

ભાગશો નહીં. ભાગવાથી કંઈ જ વળતું નથી. તે જે અંદર સમાયેલું છે, તે વધારે મજબૂત બનતું જશે. ન તો તેને મંદિર દુર કરી શકે છે, ન તો રામાયણ દુર કરી શકે છે. કોઈ પણ તેને દૂર કરી શકે નહીં. તમારા સાક્ષાત્કાર સિવાય કોઈ તેને દૂર કરી શકે નહીં. તમારે તેના પર તમારી આંખોને ભોંકવી જ પડશે. તમારી અંદર જે પણ છે, તેનું નગ્ન દર્શન તમારે કરવું જરૂરી છે.

પરંતુ ભાગી છૂટનાર દર્શન કરી શકતો નથી. અને તે સિવાય ભાગી છૂટનાર ધીમે ધીમે નિર્બળ બનતો જશે. તે જેટલું ભાગે છે, એટલો શત્રુ તેનો પીછો કરશે. કારણ કે શત્રુ ક્યાં બહાર નથી. તે તો તમારી સાથે જ રહે છે, તમારામાં જ છે. તમારા બે હિસ્સા છે. બે બાબતો, એક તો પક્ષ છોડો. પક્ષને કારણે ઘણી મુશ્કેલી છે.

તમે મનનો આનંદ લેતાં પણ શીખો. પરંતુ તમે તો પહેલાંથી જ માની બેઠા છો અને મનની શક્તિઓનો આનંદ માણી શકતા નથી. તમે તો પહેલાંથી માની લીધું છે કે ક્રોધ ખરાબ છે, કામવાસના પાપ છે, લોભ ખરાબ છે. આ ખરાબ છે, પેલું ખરાબ છે. આ સારું છે. આ બધું આપણે માની બેઠા છીએ. તમને કંઈ ખબર હોતી નથી, કારણ કે જો તમને ખબર હોત કે શું ખરાબ છે, તો ખરાબ તત્કાળ બંધ થઈ જશે. જો તમને એ ખબર જ હોય કે શું ભલું છે, તો ભલું તમારા જીવનમાં આવી જશે. તમને કંઈ ખબર નથી. સાંભળ્યું છે; લોકોએ કહ્યું છે; હજારો હજારો વરસોની હવા અને સંસ્કાર છે. તો બસ, તમે તેને માની બેઠા છો. અને એને કારણે ખૂબ અડચણમાં આવી પડ્યા છો.

ક્રોધ ખરાબ છે, એ ખબર છે, તેમ છતાં ક્રોધ આવે છે. આ કારણે અડચણ બેવડાઈ ગઈ. ક્રોધનું દુઃખ તો ભોગવવું જ પડે છે. પાછો ક્રોધ કર્યો, તેનું દુઃખ પણ ભોગવવું પડે છે. આ બેવડું દુઃખ આવી પડ્યું. ક્રોધ જ પુરતો હતો માણસને હેરાન કરવા માટે. હવે તમે બીજો પણ શત્રુ ઊભો કરી દીધો કે ક્રોધ ખરાબ છે. તો પહેલાં ક્રોધ કરો, એનું દુઃખ ભોગવો; અને ફરી ક્રોધ કર્યો, એનું દુઃખ ભોગવશો. અને ફરી કામવાસના ઉતારે, આ પાપ કર્યું, એનું દુઃખ ભોગવો. આ રીતે જીવનને વધારે જટિલ બનાવી મૂક્યું.

કામવાસના શું છે? ક્રોધ શું છે? મનની સમસ્ત ઊર્જાઓ શું છે? એનું નિષ્પક્ષ દર્શન શીખો. તમે અત્યંત આનંદિત બનશો. એ આનંદમાંથી જ તમારા જીવનની વ્યાકુળતા બદલાવી શરૂ થઈ જશે અને રાહત નિર્મિત થવા લાગશે.

બીજી વાત, ભાગવાનું બંધ કરી દો.

વૈજ્ઞાનિકો કહે છે કે બે જ ઉપાય છે, કાં તો નાસી છૂટો અથવા તો લડો. જીવનમાં પણ આ જ છે. જો તમારા પર કોઈ સિંહ હુમલો કરી દે, તો માત્ર બે

જ ઉપાય તમારી છે, કાં તો નાસી છૂટો કાં તો લડો. જો લડી શકો તો સારું છે. નહીં તો નાસી છૂટો બે જ ઉપાય છે.

બહારના જીવનમાં જો સંઘર્ષની સ્થિતિ આવી જાય, તો બે જ વિકલ્પ છે, લડી લો કાં તો ભાગી જાઓ. પરંતુ અંદરના જીવનમાં ત્રીજો વિકલ્પ પણ છે, જાગો, આ ત્રીજો વિકલ્પ ધર્મ છે.

અંદર બે વિકલ્પની જગ્યાએ ત્રણ વિકલ્પ છે. યા તો લડો, યા ભાગો યા તો જાગો. ન લડો અને ન ભાગો. માત્ર ઊભા રહીને જાગી જાઓ. જે પણ બની રહ્યું છે, એને જોઈ લો. જાગતાંની સાથે ઊર્જા રૂપાંતરિત થાય છે અને વ્યાકુળતા યાત્રા પર નીકળી પડે છે. એ હોડી બની જાય છે.

ઉદાસી

મનોવૈજ્ઞાનિકો કહે છે કે બાળકના રૂદનની જે કળા છે, એ તેના તણાવ મુક્ત થવાની વ્યવસ્થા છે. બાળકો પર ખૂબ તણાવમાં છે. બાળકને ભૂખ લાગે છે અને માતા ક્યાંક દૂર છે અથવા તો એ કામમાં ગુંથાયેલી છે. બાળકને ક્રોધ આવે છે. જો બાળક રડી લે, તો તેનો ક્રોધ વહી જાય છે અને બાળક હળવું બની જાય છે, પરંતુ માતા એને રડવા દેતી નથી.

મનસવિદ્ કહે છે તેને રડવા દો; પરંતુ તેને પ્રેમ આપવો. તેને રડતાં રોકવાનો પ્રયત્ન ન કરવો. આપણે શું કરીએ છીએ? બાળકોને રમકડું પકડાવી દઈશું કે ના રડીશ. બાળકનું મન ડાઈવર્ટ બની જાય છી. એ રમકડું લઈ લેશે. પરંતુ તેની રડવાની પ્રક્રિયા જે અંદર ચાલી રહી હતી, એ અટકી ગઈ. અને જે બોજો તેના મન પર હૃદય પરથી હળવો થઈ જતો હતો, તે થઈ શક્યો નહીં. બાળક રમકડાં સાથે રમી લેશે, પરંતુ તેનું રૂદન જે અટકી ગયું, એનું શું થશે? આ વિષ એકઠું થતું રહેશે.

મનસવિદ્ કહે છે બાળક જેટલું આ વિષ જમા કરી લે છે એ જ એના જીવનમાં દુઃખનું કારણ બની રહે છે. એ કાયમ ઉદાસ રહ્યા કરે છે. તમે એટલા ઉદાસ દેખાઈ રહ્યા છો, તમને એ વાતની ખબર જ નથી કે તમે શા માટે ઉદાસ છો. આ ઉદાસી હોઈ શકતી હતી, ન હોતી, જો તમે મોકળા મને જીવનમાં રડી લીધું હોત, તો આ આંસુ તમારા સમસ્ત જીવન પર ન છવાઈ જાત, એ નીકળી ગયા હોત. આ પ્રકારનું રડવું થૅરાપ્યૂટિક છે. હૃદય હળવું બની જાય છે. રૂદનમાં માત્ર આંસુ જ વહેતા નથી, અંદરનો શોક, અંદરનો ક્રોધ, અંદરનો હર્ષ, અંદરના મનોવેગો પણ આંસુના સહારે બહાર નીકળી જાય છે. તમારી અંદર કશું એકઠું થતું નથી. સ્ક્રીમ થૅરાપીના લોકો કહે છે કે જ્યારે પણ કોઈ માનસિક રૂપે બીમાર હોય, તો તેણે એટલા ઊંડાણપૂર્વક રૂદન કરવાની જરૂર છે કે તેનું રૂંવે-રૂંવું,તેના હૃદયનો કણ-કણ, શ્વાસ અને ધબકારા પણ રૂદનમાં

સામેલ થઈ જાય, એક એવા ચીત્કારની જરૂર છે, જે તેના સમસ્ત પ્રાણોમાંથી નીકળે, જેમાં એ ચીત્કાર જ બની જાય.

ચીત્કારથી હજારો માનસિક રોગીએ સારાં થયા છે. એક ચીત્કાર પણ તેઓને કોણ જાણે કેટલાં બધાં રોગોમાંથી મુક્ત કરી દે છે. પરંતુ આ ચીત્કારને ઉત્પન્ન કરાવવો અત્યંત દુષ્કર બાબત છે કારણ કે તમે જેટલું દબાવશો કે જો તમે રૂદન પણ કરશો, તો તમારું રૂદન પણ નકલી હોય છે. એમાં તમારા સમસ્ત પ્રાણ સમ્મિલિત હોતો નથી. તમારું રૂદન પણ બનાવટી હોય છે.. તમે ઉપર ઉપરથી રડી લો છો. આંખમાંથી આંસુઓ વહી જાય છે, પરંતુ એ હૃદયમાંથી આવતા નથી. પરંતુ ચીત્કાર એવો હોવો જોઈએ, જે તમારી નાભિમાંથી ઉદ્દભવે અને તેમાં તમારું સમગ્ર શરીર સમાવિષ્ટ થઈ જાય. તમે ભૂલી જાઓ કે તમે ચીત્કારથી અલગ છો, આપ અને ચીત્કાર એક જ બની જાઓ છો.

મોવૈજ્ઞાનિકોને તમને રડાવવામાં લગભગ ત્રણ મહિના લાગે છે. ત્રણ મહિનાઓ સુધી નિરંતર પ્રયોગ કરીને તમને ગહન કરવામાં આવે છે.

આ થૅરાપીવાળા લોકો શું કરે છે? તમને છાતીભર જમીન પર સુવડાવી દેવામાં આવે છે. ત્યાર પછી તમને કહેવામાં અવો છે કે જમીન પર સૂઈ રહો. અને જે પણ મનમાં દુઃખ આવી રહ્યું છે, એને રોકશો નહીં, એને બહાર કાઢો. રડવાનું મન કરે છે, રડી લો; ચીસો પાડવાનું મન થાય છે, ચીસો પાડી લો.

ત્રણ માસ સુધી આ પ્રમાણે બાળકની જેમ તે વ્યક્તિ સૂઈ રહે છે, જમીન પર રોજેય કલાક, બે કલાક. કોઈ પણ દિવસે એવી ક્ષણ આવે છે કે તેના હાથ વીજળીના પ્રવાહની જેમ કાંપવા લાગે છે. એ વ્યક્તિ આંખોને બંધ કરી લે છે, જાણે એ વ્યક્તિ ભાનમાં રહેની નથી અને એક ભયાનક ચીત્કાર ઉદ્દભવાની શૃરઆત થઈ જાય છે. ક્યારેક ક્યારે તો કલાકો સુધી એ ચીત્કાર ચાલુ રહે છે. એ વ્યક્તિ જાણે તદ્દન વિક્ષિપ્ત જેવો લાગે છે પરંતુ એ ચીત્કાર પછી જે જે માનસિક તકલીફો હતી, એ સઘળી નષ્ટ થઈ જાય છે.

આ જે ધ્યાનનો પ્રયોગ હું આપને જણાવી રહ્યો છું, એ ત્યાં સુધી શક્ય નથી, જ્યાં સુધી મનોવેગ-રડવા, હસવા, નાચવા, ચીસો પાડવા, બુમો પાડવાથી એનું વિસર્જન ન થઈ જાય. આ સિવાય તમે ધ્યનમાં જઈ શકતા નથી. આ જ તો બધા અવરોધો છે.

તમે શાંત થવાના પ્રયત્નો કરો છો અને તમારી અંદર વેગ ભરેલાં છે, જે બહાર નીકળવાના પ્રયત્ન કરે છે. તમારી સ્થિતિ એવી છે, જેવી કીટલીમાં ચઢાવેલી ચ્હાની હોય છે. ઢાંકણ બંધ છે. ઢાંકણ પર પથ્થર મૂકેલા છે. કીટલીનું મોં પણ બંધ કરી દેવામાં આવ્યું છે અને નીચે આગ સળગી રહી છે. અને જે

વરાળ એકઠી થઈ રહી છે, એ કીટલીને ફોડી નાખશે. વિસ્ફોટ થશે. પાંચ-દશ લોકોની હત્યા થઈ શકે છે.

આ વરાળને કાઢી નાખો. આ વરાળના બહાર આવતાની સાથે જ તમે તદ્દન નવા બની જશો અને ત્યારે ધ્યાનનો પ્રયોગ શરૂ થઈ શકે છે.

વિક્ષિપ્તતા

મનુષ્ય વિક્ષિપ્ત છે એવું નથી કે કેટલાંક લોક વિક્ષિપ્ત છે, પરંતુ સમસ્ત મનુષ્ય જાત જ વિક્ષિપ્ત છે. થોડાં લોકોનો ઉપચાર કરવા માત્રનો પ્રશ્ન નથી, સમગ્ર મનુષ્ય જાતનો ઉપચાર કરવાની આવશ્યકતા છે. મનુષ્યને એટલો દબાવી શકાય છે, એટલો સંસ્કારિત કરવામાં અવે છે કે તેની વિક્ષિપ્તતા તેના માટે સાધારણ સ્થિતિ બની ગઈ છે. જેવો તે છે, એવો તેને રહેવા દેવામાં આવતો નથી. તેને સમાજના બીબાંમાં ઢાળવાનો પ્રયાસ કરવામાં આવે છે. અને આ બીબાંને કારણે વિક્ષિપ્તતા ઉત્પન્ન થાય છે.

સમાજ તમને એક બીબું આપે છે, એક માર્ગ કે ચાલ આપે છે. તમે જે નથી, એ તમારે બનવું પડે છે. તમારા વ્યક્તિત્વના માત્ર એક અંશ જ અભિવ્યક્ત કરવા દેવામાં આવે છે, જ્જ્યરે બાકીનો હિસ્સાને દબાવી દેવામાં આવે છે જેના કારણે તમારી અંદરની વસ્તુઓ વિખેરાવાં લાગે છે, તૂટવા લાગે છે. અને તમે જેને દબાવવાનો પ્રયાસ કરો છો, એ જ અભિવ્યક્ત થવા માટે સંઘર્ષ કરે છે.

તો પ્રત્યેક મનુષ્ય વિભાગોમાં વહેંચાયેલો છે, ભંગિત છે, પોતાની જાતની વિરુદ્ધ જ લડી રહ્યો છે. મનુષ્યનું હોવું જ વિક્ષિપ્તતા માનવામાં આવે છે. એ વિશ્રાંત થઈ શકે નહીં. મનુષ્ય હંમેશાં નરકમાં જ છે, અને જ્યાં સુધી તેના પ્રત્યેક વિભાગો એકાકાર ન થઈ જાય, ત્યાં સુધી એ આ નરકમાંથી બહાર નીકળી શકતો નથી.

કંઈક તો કરવું પડશે જેનાથી તમારી આ વિક્ષિપ્તતાને બહાર કાઢી શકાય, તમારા વિભાજિત અંગોને પુનઃ એક કરી શકાય. જે અભિવ્યક્ત કરવામાં આવ્યું નથી એને અભિવ્યક્ત કરવું પડશે અને ચેતન મન દ્વારા અચેતન મનનું જે લગાતાર દમન કરવામાં આવી રહ્યું છે, એને અટકાવવું પડશે.

ધ્યાનની જુની - પુરાણી વિધિઓ આ બાબતની ફિકર કરતી નથી, એ કારણે એ વિધિઓ સફળ બની શકી નથી. તો શું કારણ હશે તેની નિષ્ફળતાનું?

આ વિધિઓ મનુષ્યને એ જ ધ્યાનની સ્થિતિમાં લઈ જવા ચાહે છે, જેવો તે છે, એ માટે આ વિધિઓ અમુક હદ સુધી જ ઉપયોગી બની શકે છે. માત્ર પરિધિ પર જ તેનો પ્રભાવ હશે. પરંતુ અંદરનું જે વિભાજન છે, એ તો કાયમ જ રહેશે કારણ કે તેને દૂર કવા માટે તો તમે કંઈ કર્યું જ નથી.

જેમ ઝેન વિધિઓ છે, મહેશ યોગીનું ભાવાતીત ધ્યાન છે, અને બીજી અનેક વિધિઓ છે, જે તમે એ હદ સુધી લઈ જઈ શકે છે. તેઓ તમને થોડી શાંતિ આપી શકે છે; બહારથી તમે શાંત બની જશો. પરંતુ તમારી અંદર કંઈ પણ થશે નહીં. અને જો જોવા જઈએ તો બહારની શાંતિ ખતરનાક છે કારણ કે ફરી અંદર અંદર અશાંતિ પક્વ થયા કરશે અને એક દિવસે એ ફૂટીને બહાર આવી જશે. મૂળભૂત રીતે તો કંઈ થયું જ નથી. તમને તો માત્ર તમારા મનને સ્થિર કરવામાં પારંગત બનાવી દીધું.

મનને સરળતાથી સ્થિર બનાવી શકાય છે - કોઈ મંત્ર ભણવા લાગો, જાપ કરવા લાગો. જે પણ વસ્તુથી બોરડમ પેદા થઈ જાય, એનાથી તમને થોડી રાહત પ્રાપ્ત થશે. ઉદાહરણ માટે, તમે રામ-રામ-રામ જપતા રહેશો તો તેના પુનરાવર્તનને કારણે એક પ્રકારનો કંટાળો, એક પ્રકારની નિદ્રાને તમે શાંતિ સમજી શકો છો, સ્થિરતા સમજી શકો છો. હકીકતમાં તો આ એક પ્રકારનો કંટાળો છે. પરંતુ એના કારણે તમેક પોતાના જીવનને એવી રીતે સહન કરી લો છો અને એ વિક્ષિપ્તતા અંદર- અંદર ઉકળ્યા કરશે. ગમે તે દિવસે જ્યારે પાગલપણું હદબહાર ચાલ્યું જશે ત્યારે ફૂટીને બહાર આવી જશે.

એ માટે એ બાબત પર મારો વધારે ભાર છે કે પહેલાં તમે તમારી અંદરના વિભાજનને દૂર કરો, અંદરથી અખંડ બનો. જ્યાં સુધી તમે અખંડ નહીં બની જાઓ, ત્યાં સુધી કંઈ પણ થઈ શકશે નહીં. તો પ્રથમ બાબત તો તમારી વિક્ષિપ્તતાને નાબૂદ કરવાની છે.

સક્રિય ધ્યાન મારી વિધિ તમારી વિક્ષિપ્તતાને સ્વીકાર કરે છે અને તેને એક રીલીઝ આપે છે. આ વિધિ મૂળભૂત રીતે રેચલન અને કેથાર્સિસથી શરૂ થાય છે. અંદર જે પણ ધરબાયેલું છે. એને બહાર કાઢવું જરૂરી છે. તમારે વસ્તુઓને દબાવવાનું બંધ કરવું પડશે. પોતાના ભાવોને અભિવ્યકત કરવાની શરૂઆત કરી દો. પોતાની નિંદા ન કરો. જેવા છો, એવા જ તમે સ્વયંનો સ્વીકાર કરો, કારણ કે નિંદા તો વિભાજન પેદા કરે છે. જેવા તમે સ્વયંનો સ્વીકાર કરો છો તમે વિભાગોમાં વિભાજિત બનતા નથી, તમે અખંડ બનવા લાગો છો.

જ્યારે તમે અંદરથી ભાંગી પડેલા અને વિખેરાયેલા હો છો તો તમારી ઊર્જાની પોતાની સાથે લડાઈ ચાલ્યા કરે છે. પછી તમારી ઊર્જાનો ઉપયોગ કોઈ રૂપાંતરણ માટે કરી શકાતો નથી. તો જે જે છો, એને સ્વીકારી લો. જે પણ તમે અત્યાર સુધી દબાવેલું છે, એને મુક્ત કરો. આ સિવાય જો સભાનતાપૂર્વક તમે તમારી વિક્ષિપ્તતાને બહાર કાઢો તો એક દિવસે તમે એવા એક બિંદુ પર પહોંચી જશો, જ્યાં અંદરની કોઈ જ વિક્ષિપ્તતા શેષ રહેશે નહીં.

જે લોકો પોતાની વિક્ષિપ્તતાને દબાવે છે. તેઓ વધારે - વધારે વિક્ષિપ્ત બનતા જાય છે, અને જેઓ તેને અભિવ્યક્ત કરવા લાગે છે, તેઓ તેનાથી મુક્ત બની જાય છે. તો જ્યાં સુધી તમે સભાનપણે વિક્ષિપ્ત ન બની જાઓ, ત્યાં સુધી તમે એનાથી મુક્ત બની શકતા નથી. આર.ડી.લૅન્ગે કહ્યું છે - "સ્વયંને વિક્ષિપ્ત બનવાની તક આપો."

તમે વિક્ષિપ્ત છો, તો એ બાબતે કંઈ કરવામાં આવે એ જરૂરી છે. જુની પરંપરાઓ કહે છે પોતાની વિક્ષિપ્તતાને દરાવો, એને બહાર ન આવવા દો, અન્યથા તમારા દરેક કૃત્યોમાં વિક્ષિપ્તતા ઝળકવા લાગશે. પરંતુ હું કહું છું પોતાની વિક્ષિપ્તતાને બહાર આવવાની પૂરેપૂરી તક આપો, એના પ્રત્યે સભાન બની જાઓ. વિક્ષિપ્તની પાર જવાનો આ જ ઉપાય છે.

મુક્ત કરો પોતાની વિક્ષિપ્તતાને. અંદર તો એ વિષાક્ત બની જશે. એને પોતાની વ્યવસ્થામાંથી સંપૂર્ણપણે બહાર કાઢી નાખો. પરંતુ વિક્ષિપ્તતાને બહાર કાઢવાના, બહાર ફેંકવાના આ કામને અત્યંત સાવધાનીયુક્ત વ્યવસ્થાથી કરવું પડશે, ત્યારે તો કંઈક પરિણામ આવશે.

તમારે બે બાબતો કરવી પડશે : તમે જે કરી રહ્યા છો એના પ્રત્યે સભાન રહો અને કંઈ પણ દબાવશો નહીં. આપણા મન પ્રમાણે સભાન હોવાનો અર્થ સામાન્યપણે દબાવવું હોય છે. આ જ સમસ્યા છે. જે ક્ષણે તમે તમારી અંદરની કોઈ પણ બાબત પ્રત્યે સભાન બની જાઓ છો, તમે એ જ ક્ષણે તેને દબાવવાનું ચાલુ કરી દો છો. તો તમો શીખવાનું એ છે, સજાગ રહો અને પોતાના ભાવોનું દમન ન કરો.

સક્રિય ધ્યાનની વિધિનો આ જ પ્રયાસ છે.

ઓશો

'મેડિટેશન : ધી આર્ટ ઑફ એક્સટેસી'

૧૩

કંટાળાપણાથી કેવી રીતે મુક્ત થશો?

તમે પહેલા પણ ઘણું બધું કરી લીધું છે. તમે જીવનને કંટાળાભર્યું બનવી લીધું છે -કઈ ઉપલબ્ધિ છે તમારી. જીવન આનંદનું એવું નૃત્ય છે અને તમે તેને કંટાળામાં પરિવર્તિત કરી દીધું છે. તમે ચમત્કાર કરી દીધો. અને તમે શું કરવા ઈચ્છો છો? આનાથી વિરાટ તમે બીજું કંઈ કરી શકતા નથી.

જીવનની ઉપેક્ષા કરવાની તમારી ક્ષમતા ગજબની છે. તમે ચોક્કસપણે પક્ષીઓની, વૃક્ષોની, ફૂલોની, લોકોની ઉપેક્ષા કરી રહ્યા છો. અન્યથા જીવન અત્યંત સુંદર છે, એટલું અધિક સુંદર કે એ જેવું છે એવું જો તમે તેને જોવા લાગશો તો તમે ક્યારે પણ હાસ્ય કરવાનું બંધ કરી શકશો નહીં. ઓછામાં ઓછું તમારી અંદર એ ગલીગલી તો થયા જ કરશે.

જીવન કંટાળાભર્યું નથી, પરંતુ મન કંટાળાજનક છે. અને આપણે એવું પ્રગાઢ મન પેદા કરી લીધું છે, પોતાની ચારેય બાજુએ જાણે ચીનની દીવાલ ખડી કરી લીધી છે, એ જીવનને આપણા સુધી પહોંચવા જ દેતી નથી. આપણને જીવનથી તોડે છે.

મોટાભાગના લોકો ક્યાંય કોઈ પણ પ્રકારના આશ્ચર્યને જોઈ શકતા જ નથી. જ્યારે અહીં તો પ્રત્યેક ક્ષણ આશ્ચર્ય જ આશ્ચર્ય છે, કારણ કે જીવન ક્યારે એવું ને એવું રહેતું નથી. એ નિરંતર પરિવર્તિત થયા કરે છે અને એટલાં બધાં વળાંકો લે છે જેનું કોઈ અનુમાન કરી શકાય નહીં. કેવી રીતે તમે આટલાં આશ્ચર્યોથી પ્રભાવિત થયા સિવાય રહી શકો છો?

તમે એકાકી બની જાઓ છો, બંધાયેલા, બારીઓ વિનાના. જેલની દીવાલોની પાછળ રહેલા તમે પ્રભાતના સૂર્યને જોતા નથી, તમે પક્ષીઓને પાંખો પ્રસારતાં જોતા નથી, તમે તારાંઓથી ભરેલી રાત્રિઓને નિહાળતા નથી.

જીવનને કંટાળાભર્યું બનાવવં માટે તમારે ધાર્મિક બનવું પડશે, તમે મહાન પંડિત બનવું પડશે. તમારે ખ્રિસ્તીપણા, હિંદુવાદ, ઈસ્લામના જાણકાર બનવું પડશે. તમારે વેદોમાંથી, કુરાનમાંથી, બાઈબલમાંથી ઘણું બધું શીખવું પડશે.

તમારે એક મહાન પારંગત વિદ્વાન બનવું પડશે. એક માણસ જે ખૂબ મોટો જાણકાર છે, પંડિત છે, એ પોતાના શબ્દોની - વ્યર્થ શબ્દોની - એટલી જાડી દીવાલ પોતાની આજુબાજુ રચી લે છે કે એ પોતે જીવનને જોવામાં અસમર્થ બની જાય છે. બુદ્ધિ જીવન માટે અવરોધ રૂપ છે. સંસારની સૌથી ગરીબ વ્યક્તિ એ છે જે અજ્ઞાનના પડદાની પાછળ જીવે છે.

પ્રભાવિત થયા સિવાય રહેવા માટે માત્ર એક જ પદ્ધતિ છે તમે ભૂતકાળથી, પોતાના અનુભવોથી, પોતાની બુદ્ધિથી, પોતાની સ્મૃતિઓથી, પોતાના મન સાથે વળગેલા- ચિપકેલા રહો. ત્યારે તમે એ જોઈ શકતા નથી ; તમે સતત વર્તમાનને ચૂકતા જાઓ છો. વર્તમાનને ચૂકશો નહીં અન્યથા તમારું મન કંટાળાપણાનો અનુભવ કરશે. વર્તમાનમાં રહો અને તમે આશ્ચર્યચિકત બની જશો, ત્યારે તમને કોઈ જ કંટાળો નહીં આવે.

પોતાની ચારેય તરફ એક નાના બાળકની દૃષ્ટિથી જોવાનો પ્રારંભ કરો. પુનઃ બાળક બની જાઓ ધ્યાનનો અર્થ જ એ છે પુનઃ બાળક બની જવું, એક નવો જન્મ, પુનઃ નિર્દોષ બની જવું, જાણકાર નહીં. સમુદ્રના કિનારે જાઓ અને છીપલાં વીણો. ફરીથી પતંગિયાની પાછળ દોટ મૂકો, રેતીના કિલ્લા બનાવો.

એવી રીતે ના જીવો કે તમે બધું જાણો છો પરંતુ એમ વિચારો કે તમે કંઈ જ જાણતા નથી. જે ક્ષણે તમે આ જાણી લેશો, તમારો કંટાળો છુમંતર થઈ જાય છે. આ જાણી લેવું એટલો અપૂર્વ અનુભવ છે કે પછી કંટાળો રહી શકે જ નહી... ચારેય તરફ થોડી અધિક સ્પષ્ટતાથી જુઓ, અધિક પારદર્શિતાથી જુઓ... અને જીવન હાસ્યથી ભરપુર છે.

ઓશો

'આહ, ધિસ!'

પુનરાવર્તનના અહેસાસથી કંટાળો આવે છે. પ્રાણી પોતાના ભૂતકાળને યાદ રાખી શકતા નથી, તેઓ કંટાળતા નથી. તેઓ ભૂતકાળને યાદ રાખી શકતા નથી, એ કારણે તેઓ પુનરાવર્તનને અનુભવી શકતા નથી. ભેંસ દરરોજ એક જ પ્રકારના ઘાસને આનંદથી ચરીને જતી રહે છે. તમે કરી શકતા નથી. તમે કેવી રીતે એના એ જ ઘાસને એ જ આનંદથી ખાઈ શકો છો? તમે થાકી જશો.

એ કારણે લોકો પરિવર્તનનો પ્રયત્ન કરે છે. તેઓ નવા ઘરમાં જતા રહે છે, તેઓ ઘેર નવી કાર લઈ આવે છે, તેઓ જૂના પતિને છૂટાછેડા આપી દે છે, તેઓ નવા પ્રેમ-પ્રસંગો શોધી લે છે. વહેલી મોડી એ બધી વાતો પણ પુનરુક્તિ બની જશે. સ્થાન બદલવું, સાથીદાર બદલવા, ઘર બદલવું એનાથી કંઈ જ

વળશે નહીં. આ સિવાય જ્યારે પણ કોઈ સમાજ અત્યંત કંટાળી જાય છે, લોકો એક નગરમાંથી બીજા નગરમાં જવા લાગે છે, એક કામથી બીજા કામમાં જવા લાગે છે, એક પત્ની થી બીજી પત્ની પાસે ચાલ્યા જાય છે. પરંતુ વહેલાં મોડાં એમને લાગે છે કે આ બધી જ નાદાનિયત છે કારણ કે એની એ જ વાત વારંવાર બનશે, દરેક સ્ત્રીની સાથે, દરેક પુરુષની સાથે, દરેક ઘરની સાથે, દરેક કારની સાથે.

ત્યારે શું કરવું જોઈએ? વધારે સભાન બની જાઓ. આ વાત પરિસ્થિતિઓને બદલવાની નથી; પોતાના હોવાનું રૂપાતંરણ કરો, અધિક સજાગ બનો. જો તમે અધિક સચેત બની શકો તો તમે જોઈ શકશો કે પ્રત્યેક ક્ષણ નવી છે; પરંતુ એના માટે ચેતનાની પ્રબળ ઊર્જાની આવશ્યકતા હોય છે.

તમારી પત્ની એની એ જ નથી. તમે ભ્રમમાં છો. પાછા ઘેર જાઓ અને પોતાની પત્નીને ફરીથી જુઓ, તેણી તે જ છે જ નહીં. કોઈ પણ એનું એ જ હોઈ શકે નહીં. આ વૃક્ષ પણ એના એ જ નથી હોતાં, જેવા ગઈ કાલે હતાં. તેઓ એવા કેવી રીતે હોઈ શકે છે? તેઓ વિકસિત થઈ ગયાં છે. કેટલાંય પાંદડાઓ ખરી ગયા છે, નવા પાંદડાં ફૂટી નીકળ્યાં છે. બદામના વૃક્ષને જ જુઓ, કેટલાં બધાં નવા પાંદડા તેના પર આવી ગયાં છે. દરરોજ જુના પાંદડાઓ ખરી જાય છે અને નવા પાંદડા તેનું સ્થાન લઈ લે છે. પરંતુ તમે પૂર્ણ સભાનતામાં નથી.

અથવા તો તમે સમાનતામાં છો જ નહીં, ત્યારે તમે પુનરાવર્તન કરી શકતા નથી, અથવા તો એટલા સભાનતામાં છો કે તમે દરેક પુનરાવર્તનમાં કંઈક નવું નિહાળી શકો છો. આ જ પદ્ધતિ છે કંટાળામાંથી બહાર આવવાની.

ઓશો

૧૪

તણાવ શા માટે? થાક શા માટે?

કોઈપણ કામ કરતા પહેલાં માણસ થાકનો અનુભવ કરે છે. એ જે પણ કરે છે, એમાં જ તે થાકી જાય છે. પરંતુ તમે ક્યારે પણ એ વિચાર કર્યો છે કે અંતતઃ થાકનો અનુભવ શા કારણે થાય છે? તમે થાકેલા લાગો છો, કોઈ પણ કરતી ક્ષણમાં. પરંતુ અચાનક એવી ઘટના બને છે કે સઘળો થાક નાબૂદ થઈ જાય છે.

પાછલાં દોઢસો વરસમાં થોડાં ઘણાં મૂલ્યવાન - લોકોમાંથી એક, વિન્સેન્ટ વાનગૉગ ડચ પેન્ટર થઈ ગયો. એક અત્યંત કુરુપ વ્યક્તિ હતો, એ કારણે કોઈ પણ સ્ત્રી ક્યારે પણ તેના પ્રેમમાં પડી નહોતી. તેનું જીવન એક થાક હતું, એક લાંબો કંટાળો. વાનગૉગે લખ્યું છે કે સવારે ઊઠવાનું મને કોઈ જ કારણ દેખાતું નહોતું, શા માટે ઊઠું? ઊઠવું પડતું હતું, વિવશતા છે, ઊઠી જાઉં છું. સાજે સૂઈ જવાનું કોઈ કારણ જણાતું નહોતું; કારણ કે કોઈ જ ભવિષ્ય નહોતું. વાનગૉગ ચાલતો હશે ત્યારે પણ તેના પગો લથડતા હશે. એ જે પણ કરતો હશે ત્યારે તેના કામમાં પણ ઉદાસી છવાયેલી રહેતી હશે. એ જે દુકાન પર કામ કરે છે - એક ચિત્ર વેચનારી, એટલે કે પેન્ટિંગ્સ વેચનારી દુકાન પર કામ કરે છે - તેના માલિકે ક્યારે પણ જોયું નહોતું કે વાનગૉગે ક્યારે પણ કોઈ ગ્રાહકમાં રસ લીધો હોય. ગ્રાહકને આવતા જોઈને તેને એવું લાગતું કે મુસીબત આવી રહી છે. ઊઠીને આવે છે, ચિત્રો પણ દેખાડી દે છે, પરંતુ જાણે કે ઑટોમેટિક, કોઈ યંત્ર જાણે બધું કરી રહ્યું હોય.

પરંતુ એક દિવસે તેના માલિકે જોયું કે વાનગૉગ ગીત ગણગણતો સીડીઓ ચઢી રહ્યો છે. આ પહેલો અવસર હતો કે કોઈએ તેને ગીત ગણગણતો જોયો હોય. જ્યારે તે પોતાના માલિકની પાસે આવ્યો ત્યારે તેના માલિકે જોયું કે આજે એ માત્ર ગીત જ ગણગણી નથી રહ્યો, આજે એમ લાગી રહ્યું છે, તેણે સ્નાન પણ કર્યું છે. સ્નાન તો એ દરરોજ કરતો હતો, પરંતુ માત્ર પાણી રેડી લેતો હતો. પાણી રેડી લેવામાં અને સારી રીતે સ્નાન કરવામાં ઘણો જ ફરક હોય છે. જ્યારે કોઈ પોતાના માટે સ્નાન કરતું હોય છે, ત્યારે એ પાણી રેડી

લીધું હોય છે. અને એ કોઈ જ્યારે બીજા માટે સ્નાન કરે છે ત્યારે એ પાણી રેડી લીધું નહીં, પણ સ્નાન કર્યું ગણાય છે અને આ બન્નેમાં એ પાયા બુનિયાદી અંતર હોય છે. આજે એના વસ્ત્રો તો એના એ જ હતાં, પરંતુ આજે તેની રીત બદલાઈ ગઈ હતી. માણસ તો એનો એ જ હતો, પરંતુ આજે તેની ચાલ બદલાઈ ગઈ હતી. તેના માલિકે તેને પુછ્યું - "વાનગૉગ, શું થયું?" વાનગૉગે ઉત્તર આપ્યો - "આજે મારા જીવનમાં એક સ્ત્રી આવી ગઈ."- પ્રેમની ઘટના.

એ દિવસે તેનો ગ્રાહકોમાં વધારે રસ દેખાઈ રહ્યો છે. એ દિવસે એ ગ્રાહકને આવતા જોઈને આનંદિત બની રહ્યો છે. એ દિવસે તેના કામમાં પણ તફાવત દેખાઈ રહ્યો છે. જાણે તેના જીવનનો અર્થ જ બદલાઈ ગયો.

વાનગૉગે પોતાની ડાયરીમાં લખ્યું છે કે પહેલી વખત એક એવો દિવસ પસાર થયો જ્યારે મને થાક લાગ્યો નહોતો, અન્યથા હું સવારમાં જાગું ત્યારે થાકેલો જ હોઉં છું, સાથે પણ થાકેલો જ સૂઈ જાઉં છું. એ દિવસે સાંજે પણ હું તાજગીસભર હતો, થાકેલો નહોતો. અને એ દિવસે કામ મારા રોજના દિવસ કરતાં વધારે હતું.

શું તફાવત આવી ગયો? જે ગઈકાલ સુધી તણાવ હતો, આજે એ તણાવ નહોતો. જે કામ કરવામાં તણાવ છે, એ તમને થકવી નાખે છે અને જે કામ કરવામાં તણાવ નથી હોતો, સહજતા હોય છે, એ તમને અધિક તાજગીસભર બનાવી જશે. ન તો કામ આપણને થાક આપે છે, ન તો તાજગી પમાડે છે. આ બધું તો મનુષ્ય ઉપર જ નિર્ભર રહે છે.

આપણે સમગ્ર જીવનને કામ બનાવી લઈએ છીએ

આપણે સમગ્ર જીવનને કામ બનાવી લઈએ છીએ, તણાવ ઊભો કરી દઈએ છીએ. હું સાંભળું છું, લોકો મારી પાસે આવે છે, તેઓ કહે છે કે પિતા બીમાર છે, તેમની સેવા કરી રહ્યા છે, કર્તવ્ય છે, ડ્યૂટી છે. ડ્યૂટી હોય છે પોલીસ મૅનની, કર્તવ્ય હોય છે એક નોકરનું. પુત્રનું કર્તવ્ય નથી હોતું. કર્તવ્યનો અર્થ થાય છે : કરવું જોઈએ, એ માટે કરે છે. પરંતુ જો પિતાની સેવા કરવી કર્તવ્ય છે તો પછી સેવા એક પથ્થરની જેમ છાતી પર પડી જશે. અને અંદર મનના કોઈ ખૂણેથી એવો ભાવ આવવાનો શરૂ થઈ જાય તો એમ ના સમજતા કે આ ભાવ ક્યાંથી આવી રહ્યો છે કે આ પિતા સમાપ્ત થઈ જાય તો સારું. જો કે તમે કહેશો કે આવો ખરાબ વિચાર ક્યાંથી આવી રહ્યો છે, એ તો ન આવવો જોઈએ. તમે કોઈના પર એ ભાવ પ્રગટ પણ નહીં કરો. પરંતુ જે દિવસથી તમે પિતાની સેવાને કર્તવ્ય માની લીધું, એ જ દિવસથી તમે આ વિચારના બીજનું વાવેતર તમારા માનસ પર કરી લીધું, તમારી અંદરથી કોઈ નથી એને મોકલી રહ્યું, કારણ કે જ્યાં કર્તવ્ય છે, ત્યાં એમાંથી છુટકારાની ઈચ્છા કે મન હશે.

પિતાની સેવા જો કર્તવ્ય ન હશે તો એ બોજા રૂપ નહીં હોય અને વાસ્તવિકતા તો એ છે કે પિતાની સેવા કરતી વખતે તમારા જીવનમાં એ ફૂલ ખીલશે, જેનો અર્થ પુત્રનું હોવું થાય છે. અન્યથા એ ફૂલ ખીલશે નહીં, પિતા જન્મ આપીને પિતા બની જતા નથી અને તમે કોઈનાથી જન્મ પામીને પુત્ર બની જતા નથી. પુત્ર તો તમે એ દિવસે બનો છો જ્યારે પિતાની સેવા તમને આનંદ આપે છે. એનાથી વિપરીત પિતા પણ તમે એ દિવસે બનો છો, જે દિવસે પુત્ર જે પ્રેમ છે, તે તમને આનંદ આપે છે, કામ અને કર્તવ્ય નહીં.

જીવનમાં જે પણ શ્રેષ્ઠ છે, એ નિસર્ગમાંથી ખીલે છે. અને જીવનમાં જે પણ કચરો છે એ તણાવમાંથી ઉત્પન્ન થાય છે. આપણું સમગ્ર જીવન એક લાંબી યાત્રા છે, અને તણાવમાંથી બીજા તણાવ પર, આપણે બધાં જ પંજાના જોર પર ઊભેલાં છીએ.

તમે કોઈ વાર પોતાના પંજા આધાર પર અથવા પંજાના જોરે ઊભા રહીને જુઓ. આમ તો પ્રત્યેક લોકો પંજાના આધારે જ જીવનમાં ઊભેલા હોય છે, પરંતુ એમ જ ક્યારેક પંજાના જોર પર કે આધારે ઊભા રહીને જોઈ જુઓ. તમે ઝડપથી થાકી જશો. પંજાના જોરે ગમે તેટલું સ્થિર બનીને ઊભા રહેવાનો પ્રયત્ન કરશો, તમે અંદરથી ધ્રુજતા રહેશો, અને આવી રીતે ઊભા રહેવું પ્રતિક્ષણ એ શ્રમનું કાર્ય હશે.

પરંતુ આપણે બધાં પંજાના જોર પર ઊભેલા છીએ. આપણું ઊભા રહેવું સહજ ઊભા રહેવું નથી. કોઈ માણસ ક્યારે પંજા પર ઊભો રહે છે? એ ઊંચો દેખાવા ચાહે છે, મોટો દેખાવા ચાહે છે; બીજાની દૃષ્ટિમાં પોતે કંઈ છે તે બતાવવા ચાહે છે. બીજાની આંખ મૂલ્યવાન છે; પોતાની સહજતા સ્વીકાર નથી. એ લાંબો થવા ચાહે છે.

પશ્ચિમમાં સ્ત્રીઓએ ઊંચી એડીના જૂતા કે સેન્ડલ શોધ્યા છે - માત્ર પુરુષોની સાથેથી પ્રતિસ્પર્ધા માટે. પુરુષ થોડો વધારે લાંબો હોય છે. એ ઊંચી એડીના જૂતા પહેરીને ચાલવું આરામ દાયક કે સુખદ હોતું નથી; કારણ કે એ પ્રકૃતિથી તદ્દન પ્રતિકૂળ છે. હકીકતમાં, ઊંચી એડીના જૂતા પહેરવાનો અર્થ છે કે તમે પંજાના જોર પર ઊભા રહેવા ઇચ્છો છો, ટેકો કે આધાર જોઈએ, તો ઊંચી એડીનો આધાર મળી જાય છે. સ્ત્રીને પુરુષ જેમ લાંબા થવાની તૃષ્ણા છે; સ્વીકૃતિ નથી. બીજા સાથેની સરખામણી છે, અને બીજાની સાથે મુકાબલો હોવાનો કોઈ ભાવ છે. તો પણ એ તો સમગ્ર જીવનમાં પ્રસરી જશે. આ તો દૃષ્ટિ અને અર્ધું થયું. જે દિવસે પશ્ચિમમાં આજથી લગભગ ત્રણ સો વરસ પહેલાં જેણે આ જૂતાની શોધ કરી, એ દિવસે કહી શકતા હતા કે આજ નહીં કાલે, જે પણ સ્ત્રીઓ આજે પશ્ચિમમાં કરી રહી છે, એ પેલા ઊંચી એડીના જૂતાથી નક્કી થઈ

ગયું હતું. એક ભાવ છે અંદર. પરંતુ ઊંચી એડીના જૂતા પર ઊભા રહેવું સુખદ હોઈ શકે નહીં. ઊભા રહેવું પણ એક પ્રકારનું દુઃખ બની જશે. ચાલવું એક કષ્ટ બની જશે. ચાલવું એક આનંદ હોઈ શકે છે. ચાલવું આનંદપૂર્ણ છે. પરંતુ જેઓની પણ ટેવ પંજા ઉપર ઊભા રહેવાની પડી ગઈ છે, એ પછી ચાલી શકશે નહીં. આખાય શરીરને ઢસડવું પડશે. લાઓત્સે કહે છે કે પંજાના જોરે જે ઊભું રહે છે, એ દઢતાપૂર્વક ઊભું રહી શકે નહીં. એ ધ્રુજ્યા કરશે કારણ કે જે પણ આધાર તેણે લીધો છે, એ એકદમ ખોટો છે અને કૃત્રિમ છે. તેના પગ લાંબા નથી, એ જૂતાની એડી છે. જેના આધારે એ લાંબો થઈ ગયેલ છે, આ એકદમ અસત્ય છે.

એક રાજનીતિજ્ઞ પોતાની ખુરશી ઉપર ઊભા થઈ ગયા છે, એ ખુરશી પણ એટલી જ જુઠ્ઠી છે. તેથી રાજનીતિજ્ઞ પોતાની ખુરશી ઉપર ક્યારે પણ શાંતિથી બેસી શકતો નથી. ખુરશી પર હોવું અને શાંતિમાં હોવું અત્યંત મુશ્કેલ છે. બીજાની ઉપર દેખાવાની આ જે ચેષ્ટા છે, એ ચેષ્ટા જ તેને શાંતિથી ખુરશી ઉપર બેસવા નહીં દે. સમ્રાટોની રાત્રિઓ જો કષ્ટદાયક છે, અને જો સમ્રાટોને ક્યારેક તો ભીખારીઓ પણ ઈર્ષા કરી છે પોતાના મનમાં, તો તેનું કારણ છે.

જો એક વ્યક્તિ ધનનો અંબાર લગાવી લે છે અને એના ઉપર હોવાનો પ્રયત્ન કરે છે, તો એ કેટલું વિચારતો હશે કે એ ઢગલા ઉપર ઊભો છે, એ સમજે કે ના સમજે, એને ખબર નથી કે હકીકતમાં એ ઢગલો તેના માથા ઉપર બેસી જશે. એ દબાઈ જશે. એ ઢગલાથી ઉપર ઊઠનાર નથી.

લાઓત્સે કહે છે, જો દઢતાપૂર્વક ઊભા રહેવું છે તો એવી રીતે ઊભા રહેવું જોઈએ કે ઊભા રહેવામાં કોઈ તણાવ ન હોય . પંજાના જોરે ઊભા રહી શકાય નહીં અને જ્યારે તમે પંજાના આધારે ઊભા રહો છો, ત્યારે તમને ખબર પડે છે કે તમે ઊભા છો. જ્યારે તમે સમગ્ર પગના આધારે ઊભા રહો છો, ત્યારે તમને ખબર પડતી નથી કે તમે ઊભા છો, પરંતુ આપણી ટેવ સમતોલનની નથી.

સંતુલિત થવાનો એક ધ્યાન પ્રયોગ

તેથી લાઓત્સેની પરંપરામાં એક પ્રક્રિયા છે. લાઓત્સે પોતાના શિષ્યોને કહેતા હતા કે ઊભા થઈ જાઓ, અને પછી આંખો બંધ કરી લો, પછી એ ધ્યાન ધરો કે તમે પગના કોઈ હિસ્સા ઉપર ભાર આપી નથી રહ્યા. બન્ને પગો પર સમગ્ર સમતોલન બરાબર વહેંચી લો. પરંતુ આપણને તો ખબર જ નહીં પડે. તો ખબર પડે માટે લાઓત્સે કહે છે કે ઊભા થઈ જાઓ, પછી એક પગ ઉપર ભાર આપો; ડાબા પગ ઉપર સંપૂર્ણ ભાર મૂકો, અને ડાબા પર જ ઊભા રહી

જાઓ, અંદર શીફ્ટ કરી દો. ત્યારે તમને ખબર પડે કે જમણો પગ નપુંસક બની ગયો, એ તદ્દન નિષ્પ્રાણ બની ગયો. પછી જમણા પગ પરથી સમગ્ર જોર હઠાવી લો અને તમને ખબર પડશે કે ડાબો પગ રિક્ત્ અને તદ્દન ખાલી થઈ ગયો છે. ત્યારે બન્નેમાં બરાબર જોર વહેંચી દો.

લાઓત્સે કહે છે કે જે દિવસે તમારું સમતોલન એકદમ બરાબર થઈ ગયું, તમને ડાબા કે જમણા પગની ખબર પડશે નહીં. કયો ડાબો પગ છે અને કયો જમણો પગ છે અને જે દિવસે એ સમતોલન બરાબર બની જશે, એ દિવસે તમે ગમે તેટલું ઊભા રહેશો તમે થાકશો નહી. માત્ર પગના સંબંધમાં માટે જ ઉચિત નથી,પરંતુ સમગ્ર શરીર માટે એ એ ઉચિત છે. જો આપણા પ્રાણ સમગ્ર શરીરમાં સંપૂર્ણપણે વિતરિત બને, તો જે રીતે આપણે થાકી જઈએ છીએ અને વ્યાકુળ બની જઈએ છીએ, એ પ્રમાણે થાકવા અને વ્યાકુળ થવાનું કોઈ કારણ નહીં રહી જાય. ક્યારેક લોકોને જુઓ. પોતાને જોવું તો મુશ્કેલ હોય છે, બીજાને જુઓ તો સરળતા રહેશે, કોઈ પરીક્ષા ભવનમાં ચાલ્યા જાઓ અને વિદ્યાર્થીઓને લખતા જુઓ. તમને જોઈને નવાઈ લાગશે કે લખાય તો હાથથી છે, પરંતુ તેના પગ પણ ખેંચાયેલા છે, પગથી તો લખવાનો કોઈ સંબંધ નથી. જો કુશળ·લેખક હોય તો કલમ આંગળીઓએ પકડેલી છે, એટલું જ બળ વાપરવાની જરૂર છે, એટલું જ બળ હાથથી આપવાની જરૂર છે, એ કરતાં અધિક બળ વાપરવાની જરૂર નથી. પરંતુ આખુંય શરીર ખેંચઈ જાય છે માથાથી લઈને પગ સુધીની એક એક નસો ખેંચાઈ જાય છે.

એક માણસને સાઇકલ ચલાવતા જુઓ. તો માત્ર પગના પંજા જ પુરતાં છે સાઈકલ ચલાવવા માટે, પરંતુ આખું ય શરીર સંલગ્ન છે, આ જે સમગ્ર શરીરની સંલગ્નતા છે, એ જ અકારણ થાકનું કારણ છે અને જો એની ટેવ પડી ગઈ તો આપણું સમગ્ર જીવન વ્યર્થના તણાવમાં તૂટી જાય છે.

મેથ્યુ અલેક્ઝાન્ડરની બિહેવિયર થેરાપી

ઈંગ્લેન્ડમાં મેથ્યુ અલેક્ઝાન્ડર નામનો એક ખૂબ મોટો શિક્ષક હતો. એ શિક્ષક જ એ કારણે થયો હતો કે લોકોને શીખવી શકે કે કેવી રીતે ચાલવું અને તમને એ જાણીને નવાઈ લાગશે કે મેથ્યુ અલેક્ઝાન્ડરે હજારો લોકોને હજારો બીમારીઓને માત્ર ઉચિત રીતે ઊભા રહેવા, ઉચિત રીતે સૂઈ જવાથી, ઉચિત રીતે બેસવાનું શીખવવાથી દૂર કરી હતી. એક માત્ર મનુષ્યોની ગતિવિધિઓનો જ શિક્ષક હતો પરંતુ એ ચિકિત્સક સિદ્ધ થયો. મેથ્યુ અલેક્ઝાન્ડર પોતાના સંસ્મરણોમાં લખે છે કે મેં અત્યાર સુધી એક પણ માણસ એવો જોયો નથી કે જે પોતાના શરીર સાથે સદ્વ્યવહાર કરી રહ્યો હોય. પરંતુ તેને પોતાને આની કોઈ ખબર જ નથી.

મેથ્યુ અલેક્ઝાન્ડરે લાઓત્સેનું સ્મરણ કૃયું છે અને તેણે ક્હયું કે આ માણસને આ રહસ્યની ખબર હતી એ કહેતો કે પંજાના આધારે ઊભા રહેવાથી કોઈ પણ દઢતાપૂર્વક ઊભું રહી શકે નહી. એનું સમગ્ર જીવન એક નિર્બળતા બનીને રહી જશે.તેનું સમગ્ર જીવનમાં એક ભયની ધ્રુજારી પ્રવેશ કરી જશે. એ જે પણ કરશે, કાંપતો રહેશે, ભયભીત થયા કરશે, ગભરાયેલો રહેશે. અને એનું કારણ? એનું કારણ એ તો નથી કે એ નિર્બળ છે. એનું માત્ર એટલું જ કારણ છે કે બીજાની સમક્ષ એ શક્તિશાળી હોવાની નાહકની ચેષ્ટા લાગેલાં છે. જજ્યરે તમારી ભીતર ભય ઉદ્દભવી રહ્યો છે કે હું બુદ્ધિહીન તો નથી, ત્યારે તમે સમજી લો કે તમે પંજાના આધારે ઊભા રહીને લોકોને દેખાડવા ઈચ્છો છો કે હું બુદ્ધિમાન છું. જીવન ખૂબ વિપરીત છે.

પ્રયાસમાં તણાવ છે

અમેરિકામાં એક મનોવિજ્ઞાની છે, અબ્રાહમ મૅસલો. એક દર્દી તેમની પાસે આવ્યો છે. એક ખૂબ જ મોટી બૅંકનો ડાયરેક્ટર છે અને એનું બધું જ કામ તેના લખવા ઉપર નિર્ભર છે. આજ સુધી તેની પ્રતિષ્ઠા અને પ્રશંસા તેના અત્યંત સુઘડ અને સુડોળ લખાણને કારણે થતી હતી. પરંતુ કેટલાંક દિવસથી તેના હાથ ધ્રુજવા લાગ્યા છે અને તેનું લખાણ ખરાબ થઈ રહ્યું છે જેટલો એ વધારે પ્રયત્ન કરે છે, એટલું વધારે ખરાબ થતું જઈ રહ્યું છે. અને હવે તેનામાં એવો ભય પેદા થઈ રહ્યો છે કે કાં તો એ કામ છોડી દે અથવા તો કારણ કે તેની જીવનભરની પ્રતિષ્ઠા નષ્ટ થઈ રહી છે. તેમણે કોણ જાણે કેટલાં લોકોની સલાહ લીધી છે. અને બધી સલાહો જોખમી સાબિત થઈ અને એ સલાહોના પરિણામે એનો હાથ વધારે ખરાબ થઈ ગયો. એ મૅસલોને પૂછે છે.

મૅસલો તેને કહે છે તમે એક કામ કરો, તમારું લખાણ સારું હતું, જ્યારે તમે સારું કરવા માટે પ્રયાસ કર્યો હતો? તેણે કહ્યું કે મને ખબર નથી. ત્યારે મૅસલોએ તેમને કહ્યું કે તમે એક કામ કરો જાણીજોઈને જેટલું ખરાબ લખી શકો છો એટલો ખરાબ લખવાનો પ્રયત્ન કરો, લખો- પ્રયત્નપૂર્વક. જેટલું તમારા લખાણને તમે બગાડી શકો છો એટલું તમે બગાડો. અને તમને નવાઈ લાગશે જે તેની વરસોની ચિંતા હતી, એ વિદાય થઈ ગઈ. તેણે જોયું કે એ બગડતી નહીં પરંતુ ઘાટીલી બની ગઈ. જે આપણે પ્રયત્નપૂર્વક કરીએ છીએ બગડી જાય છે. જો પ્રયત્નપૂર્વક તેને બગાડવા ઈચ્છીએ ભલે લખાણ જ કેમ ન હોય તો આ શ્રમ પણ વ્યર્થ બની જશે, સુધરી જશે તમારું લખાણ. જો પ્રયત્નપૂર્વક સુધારવા જશો તો એ શ્રમ પણ વ્યર્થ બની જશે, લખાણ બગડી જશે.

ફ્રેન્કલનો લૉ ઑફ રિવર્સ ઈફેક્ટ

આને જર્મન મનોવિજ્ઞાની ફ્રેન્કલે લૉ ઑફ રિવર્સ ઈફેક્ટ કહે છે વિપરીતનો નિયમ. આપણે જે પ્રયત્નપૂર્વક કરીએ છીએ, એનાથી વિપરીત પરિણામ આવે છે. એક મનુષ્ય બધાંની સાથે સારું કરવનનો પ્રયાસ કરે છે અને એક દિવસે પોતાની છાતી પીટતા કહે છે કે હું બધાંની સાથે ભલું કરવાના પ્રયત્ન કરી રહ્યો છું અને બધા લોકો મારી પ્રત્યે ખરાબ બની ગયા છે. લોકોને નિરંતર એમ કહેતા સાંભળીએ છીએ કે અમે નેકી કરીએ છીએ અને લોકો અમારી સાથે બદી કરે છે; મેં તે વ્યક્તિની આટલી બધી સહાયતા કરી અને સમય આવ્યે તેણે મારા તરફથી તદ્દન પોતાની પીઠ ફેરવી લીધી.

આ તમારા પ્રયત્નનું પરિણામ છે; નિયમાનુસાર બની રહ્યું છે. તમારી સાથે કોઈ માણસ ખરાબ કરી રહ્યું નથી. જ્યારે પણ કોઈ ભલું કરવાના પ્રયાસો કરે છે. કોઈની સાથે ખરાબ થઈ જાય છે. પ્રયત્નમાં પણ ખરાબી આવી જાય છે. કોઈના પર દયા કરવાનો પ્રયત્ન કરો, એ માણસ તમને ક્યારેય ક્ષમા નહીં કરી શકે. એ ક્યારેય તમારી દયાનો બદલો નહીં વાળે કારણ કે દયા કરવાનો જે પ્રયત્ન છે, એમાં દયા ક્રૂરતા, એમાં દયા હિંસા બની ગઈ. જ્યારે તમે કોઈની સાથે સારું કરવાનો પ્રયત્ન કરો છો તો તમે એ દર્શાવી રહ્યા છો કે તમે સારા છો. એ ડોળ જ બીજ બની ગયું ઝેરનું.

એ માટે તથાકથિત સારા લોકોને કોઈ માફ કરી શકતું નથી. પોતાના માતા-પિતા સુદ્ધાંને માફ કરવા અઘરું બની જાય છે કારણ કે માતા-પિતા એટલું સારું કરવાનો પ્રયત્ન કરે છે કે તેઓ શત્રુ જેવા લાગવા લાગે છે.

માતાનું ચુંબન : ઉપદ્રવનો આરંભ

ઇંગ્લેન્ડના એક વિચાર આર.ડી.લેંગે પોતાના પુસ્તકનો આરંભ આ વાક્યથી કરેલો છે કે "માતાનું બાળક માટેનું પ્રથમ ચુંબન જ જગતમાં ઉપદ્રવનો આરંભ છે." ચુંબન! માતાનું બાળક માટેનું પ્રથમ ચુંબન જ જગતમાં ઉપદ્રવનો આરંભ છે. બાળકની સાથે હિંસાની શરૂઆત થઈ ગઈ. લેંગે લખ્યું છે કે બાળક સાથે હિંસાનો આરંભ થઈ ગયો. આ મહદ અંશે ખરું છે. પરંતુ એટલે સુધી જ, જ્યાં ચુંબન પ્રયત્નપૂર્વક નીકળેલું છે. જો પ્રયત્નપૂર્વક નીકળેલું ન હોય તો એ યાદ પણ રહેતું નથી. તેથી લાગે છે કે પ્રયત્નપૂર્વક નીકળેલી વસ્તુ છે. માતા પાછળથી કહે છે ક મેં તારા માટે શું શું કર્યું છે. રાતોની રાતો તારી બીમારીમાં જાગી છું. કેવા કેવા કષ્ટો વેઠ્યાં છે, માતા પૂરેપૂરો હિસાબ રાખે છે. આ હિસાબ રાખવો એ માતાઓ જેવો છે જ નહીં, આ તો કોઈ સંસ્થાના સેક્રેટરીને શોભે છે.

જો પ્રયત્નપૂર્વક નીકળ્યું હોય તો સ્મૃતિ બની જાય છે, જો સહજ રીતે નીકળ્યું છે તો એનું ફળ એ જ સમયે મળી ગયું, આના કોઈ અન્ય ફળની આશા બંધાતી નથી. અને જો એ પ્રયત્નપૂર્વક નીકળ્યું છે તો એ ઇન્વેસ્ટમેન્ટ છે. ભવિષ્યમાં આના ફળ પ્રાપ્ત કરવાની અપેક્ષા રહે છે. પછી ઘરડી માતા કહેશે કે મેં તારા માટે શું કર્યું છે અને તું મારા માટે શું કરી રહ્યો છે? આનો અર્થ એ છે કે માતાએ જે પણ કર્યું, એનો આનંદ કરવામાં નથી મળી શક્યું. આનંદ શેષ રહી ગયો છે. કામ થઈ ગયું છે, ફળ શેષ રહી ગયું છે. જો માતાના ચુંબનનો આનંદ હતો તો એ આનંદ તેને મળી ગયો છે, હવે તેના બદલામાં બીજું કંઈ પ્રાપ્ત કરવાનો પ્રશ્ન જ ક્યાં છે? અને જો એને યાદ છે તો એ કહે છે કે આ પૂંજી રોકી હતી ભવિષ્યના લાભની આશા માટે. લાભ તત્કાળ નથી મળ્યો, આગળ મળશે, એનો હિસાબ રાખવો પડશે. એની સ્મૃતિ જળવાઈ રહેશે.

ચાલવું હોય તો ડગલાં ઢીલાં હોય

લાઓત્સે કહે છે, જે પોતાના ડગલાંઓને તાણે છે એ બરાબર રીતે ચાલી શકતું નથી. જીવનમાં ચારેય તરફ આવી અનેક ઘટનાઓ આપણા અનુભવમાં આવે છે. આપણે બધાં બોલીએ છીએ, સોમાંથી નવ્વાણું લોકો સારી રીતે બોલે છે, વાતચીતમાં કુશળ હોય છે, તેમને મંચ ઉપર લાવીને ઊભા રાખી દેવામાં આવે તો બોલવું અઘરું બની જાય છે. શું થઈ ગયું? શું થઈ ગયું તેમની જીભમાં તો કોઈ ખરાબી નથી, તેમનો કંઠ પણ સારો છે, બધું બરાબર છે, દરરોજ વાતો કરે છે. આખો દિવસ વાતો કરે છે અને બીજું શું કરે છે? અચાનક માઇકની સામે આવીને ઊભા રહીને તેમનો કંઠ કેમ અવરૂદ્ધ બની જાય છે? હાથ-પગ શા માટે ધ્રુજવા લાગે છે? બોલવામાં આટલાં કુશળ! જેમને શાંત કરાવવા અઘરું બની જતું હતું, મૌન કઠણ લાગી રહ્યું છે, અચાનક આટલું મૌન શા માટે સધાઈ જાય છે? મંચ ઉપર ઊભા રહીને શા માટે બોલી શકાતું નથી? આ હવે પંજાના જોરે ઊભા રહેવું થઈ ગયું. હવે બોલવાનો પ્રયાસ છે. જે આખો દિવસ બોલ્યા કરે છે, એ વિના પ્રયાસ હતું. એમાં કોઈ પ્રયત્ન નહોતો, એમાં એવો વિચાર પણ નહોતો કે આપણે બોલી રહ્યા છીએ. બોલવાનું થઈ રહ્યું હતું. હવે એ ખયાલ છે કે આપણે બોલી રહ્યા છીએ અને ખયાલ કેમ છે, ખયાલ એ કારણે છે કે ક્યાંક આપણાથી એવું કંઈ પણ બોલી ન જવાય જેને કારણે લોકોની સમક્ષ પ્રતિષ્ઠા નષ્ટ થઈ ન જાય; કંઈ એવું બોલીએ જેથી પ્રતિષ્ઠામાં વૃદ્ધિ થઈ જાય.

એમ સમજો કે આ લોકો જે સામે છે તેઓ કોઈ જ નથી, અહીં માઇક ઉપર તમે એકલા જ ઊભા રહ્યા છો, પછી તો તમે આરામથી બોલી શકશો. ખૂબ જ મઝા માણતા બોલી શકો છો, પોતાનો જ અવાજ સાંભળવો અત્યંત આનંદપૂર્ણ

હોય છે. ક્યારેય પણ એવો વિચાર પણ આવતો નથી કે ખોરાકનો કોળિયો અટકી ગયો છે અને તમારે પ્રયત્નપૂર્વક તેને ગળવાનો પ્રયાસ કરવો પડ્યો હોય. પરંતુ જ્યારે દવાની કોઈ ગોળી જીભ ઉપર મૂકો, પાણી અંદર જતું રહેશે પરંતુ ગોળી તો જીભ પર જ રહી ગઈ છે. એ ગોળીમાં એવી શું ખૂબી છે? જ્યારે તમે ખોરાક લઈ રહ્યા છો, ત્યારે તો કોઈ પ્રયાસ નથી. ગોળીને ગળવાની છે. આ પ્રયાસ છે. આ પ્રયાસ જ અવરોધ બની જાય છે.

જીવનમાં દરેક સ્તરે વિપરીતનો નિયમ કામ કરે છે. તમે જેટલો અધિક પ્રયત્ન કરશો, તમે એટલા નિષ્ફળ બનતા જશો. સફળતાનું એક જ સૂત્ર છે : પ્રયત્ન ના કરશો, એનો અર્થ એવો થતો નથી કે કશું જ કરવાનું નહીં. એનો અર્થ એ થાય છે, એવી રીતે કરો, આપમેળે થઈ રહ્યું હોય. એના ઉપર બોઈ બોજો ન હોય, કોઈ ભાર ન હોય, કોઈ બળજબરી ન હોય, પોતાને ખેંચવા પડતા ન હોય. જેમ નદીનું વહેણ વહી રહ્યું હોય, જેમ કળીનું ખીલવું હોય, પક્ષી છો, પક્ષીની જેમ ગીત ગાતા આવડતું હોય.

૧૫

તણાવનું કારણ તમારી ભીતર

પ્રશ્ન : અતિ યાંત્રિકીકરણ અને ભાગદોડથી ભરેલ આધુનિક શહેરી જીવન શારીરિક અનેમાનસિક સ્તરે નિરંતર તણાવ અને થાક ઉત્પન્ન કરે છે, તેના પ્રત્યે તંત્રની કેવી દૃષ્ટિ છે? શું અનાવશ્યક ભાગદોડથી બચવું સારું નથી?

ઉત્તર : જીવન કાયમથી આવું રહ્યું છે - ભલે તે આધુનિક હોય કેઆદિમ. એમાં તણાવ છે, ચિંતાઓ છે. વિષય બદલાતા રહે છે, પરંતુ માનવી ત્યાંનો ત્યાં જ રહે છે. બે હજાર પૂર્વે તમે બળદગાડા હાંકતા હતા, આજે તમે કાર ચલાવી રહ્યા છો, પરંતુ ચાલક તો એના એ જે રહે છે, બળદગાડું બદલાઈ ગયું છે વસ્તુઓ તો એની એજ છે; તમે કાર ચલાવી રહ્યા છો. પરંતુ ચાલક બદલાયા નથી, એ તો એના એ જ છે, એ પોતાના બળદગાડા માટે ચિંતિત રહેતો હતો અને હવે પોતાની કાર માટે ચિંતિત છો, તણાવગ્રસ્ત છો, વિષય બદલાઈ જાય છે, પરંતુ મન તો ત્યાંનું ત્યાં જ રહે છે.

તો એમ વિચારશો નહીં કે આધુનિક જીવનને કારણે તમે ચિંતાગ્રસ્ત છો. તેનું કારણ તમે સ્વયં જ છો, આધુનિક જીવન નહીં. અને તમે ગમે ત્યાં પણ, કોઈ પણ સભ્યતામાં ચિંતિત રહેશો. થોડા દિવસો માટે તમે ક્યાંક ગામડે ચાલ્યા જાઓ. થોડા સમય માટે તમને ત્યાં સારું લાગશે, કારણ કે રોગોની સાથે સમાયોજિત થઈ જશો, ત્યારે ચિંતાઓ ફરીથી પોતાનું માથું ઊંચકવા લાગશે, પુનઃ ઉપદ્રવ ઊભા થવા લાગશે. હવે કારણ તો એ રહ્યાં જ નથી, પરંતુ તમે એના એ જ છો.

ક્યારેક એમ બનતું હોય છે કે શહેરના વાહનવ્યવહારને કારણે, ઘોંઘાટને કારણે તમે વ્યાકુળ થવા લાગો છો અને કહો છો કે આ ભીડ અને ઘોંઘાટને કારણે મને ઊંઘ આવતી નથી. ગામડે ચાલ્યા જાવ છો ત્યાં પણ ઊંઘ નહીં આવે, કારણ કે ત્યાં ભીડભાડ નથી. તમારે શહેર પાછાં ફરવું પડશે કારણ કે ગામડું તમને મૃતપ્રાય લાગી રહ્યું છે, એમાં જીવન નથી.

લોકો મને કાયમ પોતાના અનુભવો સંભળાવતા હોય છે. મેં એક મિત્રને કાશ્મીર પહેલગામ જવા માટે કહ્યું. તેણે મને આવીને કહ્યું ત્યાંનું જીવન એકદમ નીરસ છે. તયં તમે બે- ચાર દિવસ સુધી પહાડોનો આનંદ માણશો અને ત્યાર પછી કંટાળી જશો. એ માણસ મને કાયમ કહેતો હતો કે શહેરના જીવનથી મારું માથું ભમવા લાગે છે. એ જ વ્યક્તિ હવે મને કહે છે કે પહાડો હવે કંટાળો ઉપજાવે છે અને હું ઘેર પાછો આવવા માટે આતુર બની ગયો.

તમે સમસ્યા છો, કાશ્મીર તમારી મદદ કરી શકશે નહીં. મુંબઈ, લંડન કે ન્યૂયૉર્ક પણ તમે બેચેન કરી મૂકશે, કારણ કે બેચેનીનું કારણ તમે પોતે જ છો. લંડને તમને બનાવ્યા નથી, તમે લંડનને બનાવ્યું છે. આ વાહનવ્યવહાર બધું જ તમારું જ નિર્માણ છે, તમારા જેવા લોકોની જ કૃતિઓ છે, કારણ તમારી પોતાની અંદર જ છે. એવું નથી કે તમે ઘોંઘાટને કારણે તણાવગ્રસ્ત છો, તમારા તણાવગ્રસ્ત હોવાનું કારણ ઘોંઘાટ છે, તમે તેના વગર રહી શકતા નથી. તમને તેની જરૂર છે, તમે તેના વિના જીવી શકતા નથી.

ગામડાંમાં લોકો જુદા પ્રકારે દુઃખી છે. તેઓ મુંબઈ, ન્યૂયૉર્ક કે લંડન ભાગવા માટે આતુર હોય છે. જેવી તેમને તક મળે છે, તેઓ ભાગે છે અને હું લોકો પાસેથી એમ પણ સાંભળું છું, જેઓ ગામડાંના સુંદર જીવનની ચર્ચા કર્યા કરે છે. તેઓ ત્યાં જઈને રહેવા માટે રાજી નથી પરંતુ તેઓ ગામની વાતો ખૂબ કરતા રહે છે. તમને કોણ રોકી રહ્યું છે? શા માટે જંગલમાં જતા રહેતા નથી, કોણ રોકે છે?

એ તમને પસંદ નહીં આવે, તમે પસંદ કરી શકતા નથી. શરૂઆતના થોડાં દિવસો તમે સારું લાગશે - પરિવર્તનને કારણે. અને પછી? તમે પાછા કંટાળી જશો. તમને બધું જ ફીક્કું ફીક્કું લાગવા માંડશે, તમે ત્યાંથી ભાગી જવા ઈચ્છશો.

નગરનું જીવન તમારા વિક્ષિપ્ત મને નિર્મિત કર્યું છે. તમે આ નગરને કારણે પાગલ નથી બની રહ્યા, તમારા પાગલ મનને કારણો આ નગરો બન્યાં છે. તેઓ તમારે કારણે બન્યાં છે. તમે તેમને બનાવ્યા છે અને તેઓ તમારાં છે. આ નગરો વિદાય નહીં થાય. એ રહેશે, એ તમારી ઉપ-ઉત્પત્તિ છે.

એક વાત યાદ રાખજો : જ્યારે પણ તમને લાગે કે કોઈ બાબત કે વસ્તુ ખોટી છે તો પહેલાં તેના કારણની શોધ કરો અને બીજે ક્યાંય જશો નહીં. સોમાંથી નવ્વાણું પ્રસંગોમાં તમને તમારી અંદર જ એનું કારણ જડી આવશે. અને જ્યારે સોમાંથી નવ્વાણું કારણ તમારી અંદર છે તો સોમું કારણ આપમેળે વિદાય થઈ જશે.તમને જે પણ થાય છે એનું કારણ તમે સ્વયં છો. તમે કારણ છો; સંસાર તો માત્ર દર્પણ છે.

પરંતુ ક્યાંક બીજે કારણના શોધથી સાંત્વના મળે છે, ત્યારે તમે અપરાધભાવ અનુભવતા નથી, ત્યારે તમે આત્મનિંદાનો અનુભવ કરતા નથી. તમે કાયમ કહી શકો છો કે આ રહ્યું કારણ અને જ્યાં સુધી કારણ બદલાતું નથી હું કેવી રીતે બદલાઈ શકું છું. એ કારણની પાછળ તમે પોતાને સંતાડી લેશો. આ ચાલબાજી છે. એ માટે તમારું મન કારણને બીજે ક્યાંક પ્રક્ષેપિત કર્યા કરે છે. પત્ની પતિને કારણે વ્યાકુળ છે, માતા બાળકોને કારણે વ્યાકુળ છે, બાળકો પિતાને કારણે વ્યાકુળ છે. દરેક વ્યક્તિ કોઈ બીજાને કારણે વ્યાકુળ છે અને દરેક વ્યક્તિ કાયમ એવો જ વિચાર કરે છે કે કારણ બહાર છે.

મુલ્લા નસરૂદીન એક સડક પરથી પસાર થઈ રહ્યા હતા, સાંજનો સમય હતો અને અંધારું થવા આવ્યું હતું. અચાનક તેમને એ ભાન થયું કે સડક તો સાવ સૂમસામ છે. ક્યાંય કોઈ નથી અને તેઓ ભયભીત બની ગયા. ત્યારે જ તેમને સામેથી લોકોનું એક ઝૂંડ આવતું દેખાયું. તેમણે ચોરો અને ડાકુઓ વિશે વાંચ્યું હતું. બસ તેને કારણે તેમનામાં બીક ઉત્પન્ન થઈ અને તેઓ બીકને કારણે ધ્રુજવા લાગ્યા. તેમણે એવો વિચાર કરી લીધો કે આ તો ડાકુઓ અને ખૂની લોકો આવી રહ્યા છે અને તેઓ તેમને મારી નાખશે. તો તેમનાથી કેવી રીતે જીવને બચાવવો? તેમણે ચારેય તરફ જોયું.

પાસે જ એ કબ્રસ્તાન હતું, મુલ્લા એ દીવાલને કૂદીને અંદર ચાલ્યા ગયા. ત્યાં તાજી જ ખોદેલી એક કબર તેમને મળી ગઈ, જે તે દિવસે કોઈના માટે ખોદવામાં આવી હતી. તેમણે વિચાર કર્યો કે આ કબરમાં મડદાંની જેમ પડ્યા રહેવું હિતાવહ છે, તેઓને લાગશે કે કોઈ મડદું પડ્યું છે મારવાની જરૂર નથી. મુલ્લા કબરમાં સૂઈ ગયા.

હવે એ ભીડ તો એક જાનની હતી, એ ડાકુઓનું ટોળું નહોતું. એ જાનના લોકોએ પણ મુલ્લાને ધ્રુજતા અને કૂદતા જોઈ લીધા હતા. તેઓ પણ ભયભીત બની ગયા કે શું વાત છે આ માણસ કોણ છે? તેઓને એમ લાગ્યું કે તે ઉપદ્રવ કરી શકે છે, અને એ જ ઈરાદાથી તે અહીં સંતાઈ રહ્યો છે. આખીય જાન ત્યાં થંભી ગઈ અને તેના લોકો પણ દીવાલ કૂદીને અંદર આવી ગયા.

મુલ્લા તો એકદમ ભયભીત બની ગયા. જાનના બધાં લોકો તેમની ચારેય તરફ ભેગાં થઈ ગયા અને તેમને પૂછવા લાગ્યા કે તમે અહીં શું કરો છો? આ કબરમાં કેમ પડ્યા છો? મુલ્લાએ કહ્યું ખૂબ અઘરો પ્રશ્ન તમે પૂછી લીધો. હું તમારે કારણે અહીં છું અને તમે મારા કારણે અહીં છો.

આવું જ દરેક જગ્યાએ બની રહ્યું છે. તમે કોઈ બીજાને કારણે વ્યાકુળ છો, કોઈ બીજું તમારા કારણે વ્યાકુળ છે અને તમે જાતે જ પોતાની ચારેય બાજુએ જે પણ નિર્મિત કરો છો અને પોતાની સુરક્ષાના ઉપાયો કરો છો. ત્યારે દુઃખ અને

નિરાશા થાય છે, દ્વંદ્વ વધુ વિષાદ પકડે છે, ક્લેશ થાય છે. સમગ્ર વાત જ મૂઢતા છે. આ શૃંખલા ત્યાં સુધી ચાલુ જ રહેશે જ્યાં સુધી તમારો દૃષ્ટિકોણ બદલાતો નથી.

હંમેશાં કારણની શોધ પોતાની જ અંદર કરો. વાહનવ્યવહારનો ઘોંઘાટ તમે વ્યાકુળ કઈ રીતે કરી શકે છે? જો તમે તેના વિરોધમાં છો તો તો તેમને વ્યાકુળ કરશે. જો તમારી ધારણા છે કે તેનાથી તમને મુશ્કેલી થશે તો મુશ્કેલી થશે. પરંતુ જો તમે તેનો સ્વીકાર કરી લો, અને જો તમે તેના ઉપર કોઈ પણ પ્રતિક્રિયા સિવાય તેને જેમ થઈ રહ્યું હોય એમ થવા દેશો, તો તમે તેનો આનંદ માણી શકશો. તેના પોતાના રાગ છે, પોતાનું સંગીત છે. તમે તેને ક્યારેય સાંભળ્યું નથી તો તેનો અર્થ એવો થતો નથી કે તેનું પોતાનું સંગીત નથી. કોઈ દિવસે તમે પોતાને ભુલી જાઓ અને વાહનવ્યવહારનો ઘોંઘાટ એટલે તેના સંગીતને સાંભળો. માત્ર સાંભળો, પોતાની માન્યતાઓને વચ્ચે લાવશો નહીં, પોતાની માન્યતાઓને વચમાં લાવશો નહીં કે આ મને વ્યાકુળ કરે છે, કે આ સારું નથી. પોતાની ગમા-અણગમાનેને વચ્ચે ના લાવશો, માત્ર સાંભળો. શરૂઆતમાં થોડી અરાજકતા લાગશે. એ પણ તમારા મનને કારણે જો તમે વિશ્રામમાં સંપૂર્ણપણે આવી ગયા તો વહેલું મોડું બધું જ લયબદ્ધ થઈ જશે અને સડકનો ઘોંઘાટ પણ સંગીત બની જશે. ત્યારે તમે તેનો આનંદ માણી શકશો.

તો આ તમારા ઉપર જ નિર્ભર રહે છે. કંઈ પણ વ્યાકુળ કરતું નથી, જો તમે એવું વિચારતા નથી કે વ્યાકુળ કરે છે. જો તમે વિચારો છો કે સડકનો આ ઘોંઘાટ વ્યાકુળ કરે છે તો એ ચોક્કસપણે તમને વ્યાકુળ કરશે કારણ કે તમે વ્યાકુળ થવા માટે તૈયાર થઈને જ બેઠા છો. જો તમે વિચારશો કે પારિવારિક જીવન એક બંધન છે. તો તે તમારા માટે બંધનરૂપ બની જશે, તમે તેના માટે રાજી છો. જો તમે એવો વિચાર કરો છો કે ગરીબી તમને મુક્ત કરવામાં સહયોગી બનશે તો એ સહયોગી બનશે. અંતતઃ તમે સ્વયં જ પોતાની ચારેય તરફ બીજાના સંસારનું નિર્માણ કરો છો. તમે જેવો વિચાર કરો છો એ જ તમારો પરિવેશ બની જાય છે અને તમે તેમાં જ ચાલ્યા જાવ છો.

તંત્ર કહે છે, આ કારણને કાયમ સ્મરણમાં રાખો. કારણ તમારી અંદર છે. જો તમે એ જાણી લો તો તમે કારણ નહીં બનો. પછી તમે કોઈ પણ નવું બંધન નહીં ઘડો. આ સિવાય જે કારણ ઘડવાનું બંધ કરી દે છે, એ મુક્ત બની જાય છે. ત્યારે ન તો એ દુઃખમાં હોય છે કે ન તો આનંદમાં હોય છે. આનંદ તમારું સર્જન છે અને દુઃખ પણ તમારું સર્જન છે. તમે તમારા દુઃખને આનંદમાં પરિવર્તિત કરી શકો છો, કારણ કે એ તમારું સર્જન છે.

૧૬

તણાવથી વિશ્રામ તરફ

તણાવ તમારી સમજમાં આવી શકે છે, પરંતુ વિશ્રામ તમારી સમજમાં આવી શકતો નથી. તેથી તણાવના તમામ પાસાંઓને નિહાળો : એ શું છે, કેવો છે, ક્યાંથી આવે છે, કેવી રીતે ઉદ્દભવે છે, એના સાધનો શું છે? તણાવને સમગ્રતાથી સમજો અને એ જ ક્ષણે તમારી સમજમાં આવી જશે, તે ખાલી ક્ષણ પેદા થાય છે, જેમાં કોઈ તણાવ નથી હોતો. માત્ર શરીર જ વિશ્રામમાં હોતું નથી, સમગ્ર પ્રાણ વિશ્રાંત થઈ જાય છે.

હઠયોગમાં એક પ્રક્રિયા છે, જેમાં શરીરના પ્રત્યેક સ્નાયુઓ ખેંચવામાં આવતા હોય છે અને ત્યાર બાદ સમગ્ર તણાવ ઢીલો કરીને વિરામમાં લાવવામાં આવે છે. શું સક્રિય ધ્યાનમાં આવા પ્રકારની ઘટના ઘટે છે?

વિશ્રામ, મૂળતઃ અસ્તિત્વગત છે, જીવન પ્રત્યે તમારું વલણ જો તણાવપૂર્ણ હશે તો તમે વિશ્રામ પૂર્ણ થઈ શકતા નથી. વસ્તુતઃ વિશ્રામનો પ્રયાસ કરવો જ વ્યર્થ છે. આ વિશ્રામની વિપરીત છે. તમે વિશ્રામમાં હોઈ શકો છો, સ્વયંને વિશ્રામપૂર્ણ બનાવી શકતા નથી.

તમારી ઉપસ્થિતિ જ તમારા વિશ્રામની વિરુદ્ધ છે. વિશ્રામનો અર્થ છે, તમે નથી. અને તમે કોઈ પ્રયાસ કરીને બિન-ઉપસ્થિત રહી શકતા નથી. તમારો પ્રત્યેક પ્રયાસ તમારી ઉપસ્થિતિને બળવાન બનાવશે. તમે જે પણ કરશો, એ તમારું કૃત્ય હશે, એનાથી તમે બળવાન બનશો. તમે અધિક શક્તિશાળી બનશો, સુગઠિત થશો.

આ અર્થ મુજબ તમે વિશ્રામપૂર્ણ બની શકતા નથી. વિશ્રામ તમને ત્યારે જ ઘટે છે, જ્યારે તમે નથી હોતા. તમારું કરવું અહંકારનો હિસ્સો બની જશે. તમારા પ્રયત્નો માત્ર તમારું સાતત્ય બની જશે.

એ ક્ષણે તમે વિશ્રામમાં હો છો. તમારું હોવું જ એક તણાવ છે. તમે તણાવ વિનાના હોઈ જ શકો નહીં કારણ કે તમે જ સ્વયં તણાવ છો.

જ્યારે તમે કોઈ વસ્તુની આકાંક્ષા રાખો છો જે નથી, ત્યારે તણાવની શરૂઆત થાય છે. તે ભૂતકાળ અને ભવિષ્યનું ખેંચાણ છે, તમે એ બન્ને વચ્ચેનો સેતુ છો અને જ્યારે કોઈ બે બાબત સંબંધિત બનશે ત્યારે તણાવ થશે જ. મનુષ્ય એક સેતુ છે, ઇચ્છાઓનો સેતુ ઈન્દ્રધનુષ્યનો બનેલો છે, એ બાષ્પીભૂત થઈ શકે છે.

જ્યારે હું કહું છું, વિશ્રામ અસ્તિત્વગત છે ત્યારે મારો મતલબ છે, તણાવ તમારી સમજમાં આવી શકે છે, પરંતુ વિશ્રામ તમારી સમજમાં આવી શકતો નથી. તેથી તણાવના તમામ પાસાંઓને નિહાળો : એ શું છે, કેવો છે, ક્યાંથી આવે છે, કેવી રીતે ઉદ્દભવે છે, એના સાધનો શું છે? તણાવને સમગ્રતાથી સમજો અને એ જ ક્ષણે તમારી સમજમાં આવી જશ, તે ખાલી ક્ષણ પેદા થાય છે, જેમાં કોઈ તણાવ નથી હોતો. માત્ર શરીર જ વિશ્રામમાં હોતું નથી, સમગ્ર પ્રાણ વિશ્રાંત થઈ જાય છે.

શરીરને તણાવરહિત રાખવાનો પ્રયાસ કરવો

શરીરને તણાવરહિત કરવું બહુ અઘરું નથી. પરંતુ સભ્યતાના વિકાસ સાથે એ અઘરું બની ગયું છે. શરીરની સાથે આપણો સંબંધ તૂટી ગયો છે. આપણે શરીરમાં જીવતા નથી. આપણું જીવવું બૌદ્ધિક, માનસિક બની ગયું છે.

તમે પ્રેમ પણ કરો છો તો શરીર સાથે કરતા નથી, તે તમારા મન સાથે કરો છો. શરીર તો મૃતક બોજની જેમ તમારો આદેશ માને છે. જ્યારે તમે કોઈને સ્પર્શ કરો છો, ત્યારે તમે તેના શરીરનો સ્પર્શ કરતા નથી, ત્યાં એ સંવેદનશીલતા છે જ નહીં. મન પૂછે છે, કારણ કે મનનો સ્પર્શ તમે કરી શકતા નથી, તેથી શરીરનો સ્પર્શ તમે કરો છો. છતાં પણ તેમની વચ્ચે કોઈ સંચાર થતો નથી. શરીર મૃત છે. તમે આલિંગન કરી શકો છો પરંતુ તે બે મૃત શરીરોનું આલિંગન હોય છે. માત્ર તેઓ નજીક આવે છે, પરંતુ હકીકતમાં તેઓ નિકટ હોતાં નથી. નિકટતા ત્યારે જ શક્ય છે, જ્યારે તમે શરીરમાં જીવો છો. આપણે આપણા શરીરોની બહાર જીવીએ છીએ.

ભૂત-પ્રેતની જેમ શરીરની આજુબાજુ ભમ્યા કરીએ છીએ પરંતુ શરીરની અંદર જીવતા નથી. મનુષ્ય જેટલો સભ્ય બન્યો છે, એટલો તેનો તેના શરીર સાથેનો સંબંધ તૂટી ગયો છે. એ સંબંધના તૂટવાને કારણે તણાવ થાય છે.

શરીરની પાસે, વિશ્રામમાં હોવાના પોતાના ઉપાયો છે. શરીર થાકી ગયું છે, બિછાનામાં પડેલું છે. પરંતુ તમે તેમાં ઉપસ્થિત નથી, તેથી તે વિશ્રામપૂર્ણ થઈ શકે નહીં. તમારી ઉપસ્થિતિ આવશ્યક છે, અન્યથા શરીરનું સ્વચાલિત સંયંત્ર કામ કરી શકે નહીં.તમારા વિના એ સૂઈ શકે નહીં. નિદ્રા ખોવાઈ ગઈ છે,

વિશ્રામ ખોવાઈ ગયો છે, કારણ કે શરીર સાથેનો સંબંધ ખોરવાઈ ગયો છે.

તમે શરીરમાં નથી હોતા એ કારણે શરીર ઠીક રીતે કાર્ય કરી શકતું નથી. તેની પાસે પોતાની કોઈ પ્રજ્ઞા નથી. તેની એક જૈવિક જન્મજાત સમજણ છે, જે સદીઓ પુરાણી છે. પરંતુ તમે ઉપસ્થિત નથી, એ કારણે તણાવ રહ્યા કરે છે. અન્યથા ભૌતિક શરીર મૂળતઃ સ્વચાલિત છે. તમારી ઉપસ્થિતિ તેને જોઈએ અને તે કામ કરવા લાગશે.

આપણા મગજમાં પણ તણાવ ભરેલો હોય છે. એવી કોઈ જરૂર નથી. મગજ તણાવપૂર્ણ છે કારણ કે તમે હરહંમેશ તેમાં ગરબડ ઊભી કરતા રહો છો. જેમ કે જે સેક્સ વિશે વિચાર કરી રહેલ છે, એ ખલેલ ઊભી કરી રહેલ છે કારણ કે સેક્સ એ એવી કોઈ વાત નથી જેના વિશે વિચાર કરી શકાય. મસ્તિષ્કનું કેન્દ્ર તેના માટે બનેલું જ નથી, સેક્સનું પોતાનું કેન્દ્ર છે. પરંતુ તમે સેક્સ કેન્દ્રનું કામ મસ્તિષ્ક દ્વારા લઈ રહ્યા છો. જ્યારે તમે પ્રેમમાં હો ત્યારે એ વિષય વિશે વિચારો છો. તમે અનુભવી શકતા નથી. તમારું ભાવ કેન્દ્ર તો નિષ્ક્રિય પડેલું છે.

મનુષ્ય જેટલો સભ્ય હોય, એટલું તેનું બૌદ્ધિક કેન્દ્ર બોજારૂપ હોય છે અન્ય કેન્દ્ર કામ જ કરતાં નથી. એનાથી તણાવ ઉત્પન્ન થાય છે કારણ કે જે કેન્દ્રએ સક્રિય હોવું જોઈએ અને એની અંદર એક ખાસ પ્રકારની ઊર્જા છે, એની પાસે કોઈ કામ જ નથી. આના કારણે આપણી અંદર તણાવ ઉત્પન્ન થાય છે. પોતાની જ એકત્રિત ઊર્જાથી એ થઈ જાય છે.

મસ્તિષ્કના કેન્દ્ર પર લદાઈ ગયો ભારે બોજ

મસ્તિષ્કના કેન્દ્ર પર બહુ ભારે બોજો લદાઈ ગયો છે. એના ઉપર ભાવોને અનુભવવાની જવાબદારી સોંપવામાં આવી છે, કે જે તનું કામ જ નથી, મસ્તિષ્ક વિચારી શકે છે, ભાવમાં ઉતરી શકતું નથી. વિચારવાનું તત્વ અનુભવ કરવાના તત્વોથી તદ્દન ભિન્ન હોય છે. ભિન્ન જ નહી, પૂર્ણપણે વિપરીત છે. હૃદયનો તર્ક મસ્તિષ્કના તર્ક જેવો નથી.

પ્રેમ અંગે વિચાર કરવાના તેના આગવા ઢંગ છે, તેથી મસ્તિષ્કને તે કામો પણ કરવા પડે છે, જેને કરવા માટે તે બનેલું જ નથી, તેને કારણે તણાવ પેદા થાય છે. હાલત કંઈ આવી છે : પિતા પુત્રનું કામ કરી રહ્યો છે અને પુત્ર પિતાનું કામ કરી રહ્યો છે. બૌદ્ધિક સ્તરે જીવવાને કારણે આવી બધી ગડબડો ઉદ્દભવતી હોય છે. જો પ્રત્યેક કેન્દ્ર પોતાનું જ કામ કરે તો તણાવ નહીં થાય.

મસ્તિષ્કનું એક માત્ર કેન્દ્ર નથી. આપણે એવી જ રીતે જીવીએ છીએ, જાણે એ જ સર્વસ્વ હોય. આપણે બધી શાંતિ, બધું વિશ્રામપૂર્ણ વલણ, મનુષ્યના

નિસર્ગ સાથેના તાલમેળને જ નષ્ટ કરી દીધેલ છે. મસ્તિષ્કનું એક વિશિષ્ટ કાર્ય છે, પરંતુ અત્યંત સીમિત. એના ઉપર આપણે કેટલો બધો બોજો નાખી દીધો છે. આપણું સમગ્ર શિક્ષણ એક જ કેન્દ્ર ઉપર કાર્ય કરી રહેલ છે. તમને આવી રીતે શિક્ષિપ કરવામાં આવેછે જાણે તમારીમાત્ર ગણિત અને તર્કનું કેન્દ્રછે. જીવન માત્ર તર્ક નથી. હકીકત તો એ છે કે જીવનનો સૌથી વિશાળ હિસ્સો તો અતાર્કિક છે. અતાર્કિતાના વિરાટ અંધકાર, રહસ્યપૂર્ણ સમુદ્રમાં તર્ક એ નાનકડો આલોકિત દ્વીપ છે અને આ દ્વીપના મૂળ તો રહસ્યના સમુદ્રના સાગરમાં છે. આલોકિત હિસ્સો એક નાનકડો અંશ છે એ પૂર્ણ નથી અને એને પૂર્ણ માનવું પણ ન જોઈએ, અન્યથા એનું પરિણામ હશે તણાવ. રહસ્ય પોતાનો પ્રતિશોધ લેશે, અતર્ક પોતાનો પ્રતિશોધ લેશે. તમે પશ્ચિમમાં આના પરિણામો જોઈ શકો છો. પશ્ચિમે એક જ કેન્દ્ર ઉપર, અતાર્કિક કેન્દ્ર ઉપર ખૂબ વધારે બોજો મૂકી દીધો છે અને હવે અતાર્કિક પ્રતિશોધ લઈ રહેલ છે. આ સઘળી વ્યવસ્થાને અસ્તવ્યસ્ત કરી રહેલ છે. ઠેર ઠેર અરાજકતા, શિસ્તહીનતા, વિદ્રોહ, અતાર્કિક પ્રતિશોધ લઈ રહેલ છે.

બૌદ્ધિકતા જ સર્વસ્વ નથી

જ્યારે તેને આવું બનાવી દેવામાં આવે છે, ત્યારે સમગ્ર સંસ્કૃતિ તણાવપૂર્ણ બની જાય છે કારણ કે તમે તેના કરું છું; શરીર, મન અને આત્મા - સુવિધા માટે. તમે પુત્ર બન્યા નથી. આ સીમાઓ વસ્તુતઃ છે જ નહીં. પરંતુ વસ્તુઓને સમજવા માટે સીમાઓ ઉપયોગી બનશે.

આધ્યાત્મિક સ્તરે ક્યારેય તણાવ થતો નથી પરંતુ તેની સાથે તમારે કોઈ સંબંધ નથી. જે વ્યક્તિ સાથે સંબંધ નથી, તેનો આત્મા સાથે ક્યારેય સંબંધ જોડાઈ શકતો નથી કારણ કે એ અને ગહન ઊંડાણ છે. જો તમે બાહ્ય સીમાઓની સાથે જોડાયેલા નથી તો આંતરિક સીમાઓની સાથે જોડાઈ શકતા નથી.

આધ્યાત્મિક ઊંડાણ વિશ્રામમાં જ થાય છે

આ ક્ષણે પણ એ વિશ્રામમાં જ છે. વસ્તુતઃ આમ કહેવું અધિક ઉચિત રહેશે કે આધ્યાત્મિક ઊંડાણ વિશ્રામનું ઊંડાણ છે. ત્યાં કોઈ તણાવ નથી કારણ કે તણાવને કારણે તમે એ ઊંડાણમાં ઉપસ્થિત નથી હોતા. ત્રીજા ઊંડાણ વિના તમે જીવી શકતા નથી. તમે તેને ભૂલી શકો છો પરંતુ તેના સિવાય તમે જીવી શકતા નથી કારણ કે તમે એ જ છો. આ તમારી સત્તા છે તેના શુદ્ધતમ રૂપમાં.

તમને આધ્યાત્મિક ઊંડાણનું જ્ઞાન નથી, કારણ કે તમારા શરીરમાં એટલો તણાવ છે, મન ઉપર એટલો પ્રભાવ છે, જો તમે શારીરિક અને માનસિક સ્તરે

તણાવમાં નથી તો આપમેળે તમે આધ્યાત્મિક આનંદની પ્રાપ્તિ થઈ જશે. એ તમારા ઉપર ઉતરે છે, એ તમારા માટે પ્રતીક્ષારત છે.

તમારું સમગ્ર ધ્યાન શારીરિક અને માનસિક સ્તરે લાગેલું રહે છે, તેથી આત્મા તરફ તમારું વલણ થઈ શકતું નથી. જો શરીર અને મનમાં તણાવ નહીં હોય તો તમે આધ્યાત્મિક ઊંડાણમાં છલાંગ લગાવી શકો છો, એનો આનંદ જાણી શકો છો.

આધ્યાત્મિક તણાવ જેવી કોઈ બાબત હોતી નથી. શારીરિક તણાવ એ લોકોએ પેદા કર્યો છે, જેઓ ધર્મના નામે શરીર-વિરોધી દૃષ્ટિકોણ શીખવે છે. પશ્ચિમમાં ખ્રિસ્તી ધર્મ આગ્રહપૂર્વક શરીરની શત્રુતા શીખવે છે. તમારી અને શરીરની વચ્ચે એક ખોટી ખાઈ એક વિભાજન ઉત્પન્ન કરે છે.પછી તમારું સમગ્ર વલણ જ તણાવ ઉત્પન્ન કરનારું બની જાય છે. તમે તેના વગર રહી શકતા નથી.

દરેક શારીરિક કૃત્ય તણાવ બની જાય છે. શરીર શત્રુ બની જાય છે. પરંતુ તમે તેના વિના રહી શકતા નથી. તમારે તેની સાથે જ રહેવાનું છે, શત્રુની સાથે જ જીવવાનું છે, તો સતત તણાવ તો રહેવાનો જ.

શરીર તમારું શત્રુ નથી

આ કોઈ પણ પ્રકારે તમારા માટે હાનિપ્રદ કે તટસ્થ છે. શરીરને એક ભેટ માનો છો - પરમાત્માની ભેટ - તમે પુનઃ શરીરમાં પુનઃ આવશો. તમે તેને પ્રેમ કરશો, એનો અનુભવ કરશો અને એનો અનુભવ કરવા કરવાની રીતો અત્યંત સૂક્ષ્મ છે.

તમે તમારા શરીરનો અનુભવ કર્યો કર્યો નહીં હોય તો, તમે બીજાના શરીરનો અનુભવ કરી શકશો નહીં. તમે તમારા શરીરને પ્રેમ કર્યો નથી તો બીજાના શરીરને પ્રેમ કરી શકશો નહી. આ અસંભવ છે.

તમને તમારા પોતાના શરીરની ચિંતા નથી તો તમે બીજાની ચિંતા કરી શકતા નથી. બીજું કોઈ ચિંતા કરી શકે નહીં. તમે કહેશો તો કોઈ અન્ય કારણોસર - બીજાના અભિપ્રાય મુજબ, અન્યની દૃષ્ટિમાં સારા લાગો. તમે તમારા શરીરની ચિંતા કરતા નથી.

તમે તમારા શરીરને પ્રેમ કરતા નથી અને જો તમે પ્રેમ કરતા નથી તો તમે તેનામાં જીવી શકતા નથી.

પોતાના શરીરને પ્રેમ કરો, તમને એટલી બધી રાહત મળશે, જેને તમે પહેલાં ક્યારે પણ અનુભવી નહોતી. પ્રેમ વિશ્રામમાં લઈ જાય છે. જો તમે કોઈને પ્રેમ કરો છો તો બે પ્રેમીઓ વચ્ચે વિશ્રામનું સંગીત આપોઆપ ચાલ્યું

જાય છે. જો તમે કોઈની સાથે તણાવનો અનુભવ કરો છો તો આ પ્રેમનું લક્ષણ નથી. જો તમે કોઈની સાથે તણાવનો અનુભવ કરો છો તો જાણી લેજો કે ત્યાં પ્રેમ નથી. બીજો શત્રુ છે. તેથી સાર્ત્ર કહે છે : બીજું નરક છે. સાર્ત્ર માટે તો એ નરક જ બની જશે. પરંતુ બન્ને વચ્ચે જો કોઈ પ્રેમ પ્રવાહિત બનતો નથી તો બીજું સ્વર્ગ છે અથવા તો નર્ક છે, આ બન્ને વચ્ચે પ્રવાહિત થતાં પ્રેમ ઉપર નિર્ભર કરશે.

જ્યારે તમે પ્રેમમાં હો છો, ત્યારે મૌન ઉતરે છે. ભાષા ખોવાઈ જાય છે, શબ્દો નિરર્થક બની જાય છે. તમારે ઘણું કહેવું હોય છે અને કહી શકતા નથી. સન્નાટામાં પ્રેમ ખીલે છે. તમે વિશ્રાંત થઈ જાઓ છો.

પ્રેમનું ન તો કોઈ ભવિષ્ય છે ન તો કોઈ ભૂતકાળ

પ્રેમમાં ન તો કોઈ ભવિષ્ય હોય છે ન તો કોઈ ભૂતકાળ. જ્યારે પ્રેમ મરી જાય છે, બધું ભૂતકાળ બની જાય છે તમે માત્ર મૃત પ્રેમને યાદ કરી શકો છો, જીવિત પ્રેમની યાદ કરી શકાતી નથી. એ જીવી રહ્યો છે. તેને યાદ કરવા માટે કોઈ અંતરાલ નથી. પ્રેમ વર્તમાન માં છે, તેનો ન કોઈ ભૂતકાળ છે.ન તો કોઈ ભવિષ્ય.

જો તમે કોઈને પ્રેમ કરો છો, ત્યારે તમારે દેખાડો કરવાની કોઈ જરૂર નથી. પછી તમે જે છો, એ જ હોઈ શકો છો. તમારે પોતાનો મુખવટો ઉતારીને આરામથી રહી શકો છો. જ્યારે પ્રેમમાં નથી હોતા, ત્યારે તમારે મુખવટો પહેરવો પડતો હોય છે. પ્રતિક્ષણ તમે તણાવથી ઘેરાયેલા રહો છો, કારણ કે કોઈ બીજું ઉપસ્થિત છે, તમારે ડોળ કરવાનો છે, સાવધાન રહેવાનું છે. તમારે યા તો આક્રમક બનવાનું છે યા તો બચાવ કરવાનો છે. આ લડાઈ છે, સંઘર્ષ છે. તમે વિશ્રામમાં હોઈ શકતા નથી.

પ્રેમનો આનંદ બધું મળીને વિશ્રામનો આનંદ છે. તમારો તણાવ ખોવાઈ જાય છે. તમે તે હોઈ શકો છો, જે તમો છો. એક પ્રકારે તમે નગ્ન બની શકો છો. તમારે પોતાની ચિંતા કરવાની કોઈ જરૂર નથી. તમારે ખુલ્લા, અને કોમળ બની શકો છો. એ મોકળાશમાં વિશ્રામનો અનુભવ થાય છે.

જ્યારે તમે તમારા શરીરને પ્રેમ કરો છો, ત્યારે એ જ ઘટના ઘટે છે. તમે તણાવરહિત બની જાઓ છો, અને એની ચિંતા કરવા લાગો છો. એમાં કશું ખોટું નથી. પોતાના શરીરને પ્રેમ કરવો નાર્શિસસ જેવું નથી. વસ્તુતઃ આ અધ્યાત્મનું પ્રથમ સોપાન છે.

તેથી સક્રિય ધ્યાન શરીરથી શરૂ થાય છે. ઝડપી શ્વાસ લેવાથી મન પ્રસરે છે, ચેતના પ્રસરે છે. સમગ્ર શરીર એક થનગનતું, જીવંત અસ્તિત્વ બની જાય છે. હવે છલાંગ લગાવવી સરળ બની જશે. મગજ ખલેલ ઊભી નહીં કરે. તમે બાળક બની ગયા છો – ઉછળતા, કૂદતા, જીવંત. માનસિક બંધન હવે રહ્યું નથી.

તમારું શરીર એટલું બંધાયેલું હવે નથી, એટલું તમારું મન. તમારું મન સંસ્કારોથી જકડાયેલું છે, પરંતુ શરીર હજી પણ પ્રકૃતિનો હિસ્સો છે. તમામ ધર્મો અને ધાર્મિક વિચારકો પણ જે મૂળતઃ બૌદ્ધિક જ છે, શરીરની વિરુદ્ધમાં છે કારણ કે શરીરની સાથે, ઇન્દ્રિયોની સાથે સંસ્કાર ખોવાઈ જાય છે. તેથી એ તમામ લોકો સેક્સથી એટલા ભયભીત રહે છે. સેક્સની સાથે સંસ્કારિત મન ખોવાઈ જાય છે. તમે એક વિશાળ જૈવિક વિશ્વનો એક ભાગ બની જાઓ છો.

હંમેશાં સેક્સની વિરુદ્ધ રહેતું મન

મન મહેશાં સેક્સની વિરોધમાં હોય છે કારણ કે સામાન્ય જીવનમાં સેક્સ એક માત્ર વસ્તુ છે, જે મનની વિરુદ્ધ બળવો પોકારે છે. તમે પ્રત્યેક વસ્તુઓનુ નિયંત્રિત કરી લીધી, માત્ર એક જ વસ્તુ અનિયંત્રિત રહી જાય છે તો મન સેક્સના વિરોધમાં થઈ જાય છે, કારણ કે શરીર અને તમારી વચ્ચે એકમાત્ર સેતુ છે. જો તેને સંપૂર્ણપણે નકારી દેવામાં આવે તો તમે પૂર્ણતઃ બૌદ્ધિક બની જાઓ છો.

સેક્સનો ભય, શરીરનો ભય

સેક્સનો ભય મૂળત્વે શરીરનો ભય છે કારણ કે સેક્સની સાથે સમગ્ર શરીર જીવંત, ઊર્જાથી થનગનતું, પ્રાણવાન બની જાય છે.જેવો સેક્સ તમારી ઉપર કબજો મેળવી લે છે, સમગ્ર મન પાછળ ધકેલઈ જાય છે. શ્વાસ હાવી બની જાય છે, શ્વાસ શક્તિશાળી, સુદૃઢ બની જાય છે.

તેથી જે છલાંગ લગાવવામાં આવે છે એ બહુ વિશાળ હોય છે. સેક્સમાં તમે કોઈ બીજી વ્યક્તિમાં છલાંગ લગાવો છો અને છલાંગ લાગવતા પહેલાં તમારે શરીરની સાથે એકાત્મ બનવું પડે છે અને એ છલાંગમાં તમારે વિસ્તૃત બનવું પડે છે. અન્ય શરીર પ્રત્યે તમારી ચેતના તમારા શરીરની પાર પ્રસરે છે. ધ્યાનથી તમે પોતાના શરીર સાથે બ્રહ્માંડના શરીરમાં છલાંગ લગાવી શકો છો.

ક્રિયાઓ કરતા રહો. આરંભ તો તમે જ કરશો, પરંતુ એ ક્ષણ આવશે, જ્યારે તમારું નિયંત્રણ ખોવાઈ જશે. ઊર્જા સવાર થઈ જશે. તમે ધાર ઉપર

આવી ગયા. હવે તમે છલાંગ લગાવી શકો છો. હવે તમે પુનઃ બાળક બની ગયા. બીજા શું વિચારશે, એની હવે તમને કોઈ પરવા નથી. હવે સમાજે તમારી અંદર જે પણ ભરી મૂક્યું છે, એ ફિકસ બની ગયુ છે. તમે હવે બ્રહ્માંડના એક થનગનતું કણ બની ગયા.

સક્રિય ધ્યાનના બીજા ચરણમાં જ્યારે તમે સર્વસ્વ ફેંકી દીધું ત્યારે ત્રીજું ચરણ સંભવ બનશે. તમારી અસ્મિતા ખોવાઈ જશે, તમારી પ્રતિભા તૂટી જશે. તમે પોતાના વિશે જે જાણો છો, એ તમારા વિશે નથી. એ માત્ર એક લેબલ છે. તમને જણાવવામાં આવ્યું છે કે તમે આ છો, તમે પેલા છો અને તમે તેની સાથે તાદાત્મ્ય બાંધી લીધું, પરંતુ જોરદાર ક્રિયાઓ દ્વારા, વૈશ્વિક કૃત્ય દ્વારા તમામ તાદાત્મ્ય તૂટી જાય છે. તમે પ્રથમ વાર પહેલાં જેવા હો છો, જેવ જન્મ સમયે હતા. આ નવા જન્મ સાથે તમે નવું વ્યક્તિત્વ બનશો.

૧૭

તણાવભર્યા યુગમાં વરદાન : સક્રિય ધ્યાન

ઓશો રચિત સક્રિય ધ્યાન અદ્દભુત, શક્તિશાળી, તીવ્ર પરિણામકારી તથા પૂર્ણતઃ વૈજ્ઞાનિક છે અને સાથે મહત્ત્વપૂર્ણ પણ. આનું અનુમાન એ વાતથી કરી શકો છો કે પૂના આશ્રમમાં આ ધ્યાન ૧૯૭૪થી નિયમિત રૂપે સવારના સમયમાં બુદ્ધાકાળમાં કરવામાં આવી રહ્યું છે અને વિશ્વભરમાં વિસ્તારિત ઓશો ધ્યાન કેન્દ્રોમાં અને ધ્યાન શિબિરોમાં અનિવાર્ય રૂપે કરવાની ઓશો પરંપરા છે. આ ધ્યાન પ્રયોગ આજના તણાવગ્રસ્ત અને અશાંત પ્રાણીઓ માટે વિશેષરૂપે લાભદાયી છે. શરીર એ મનનું દમન, દમિત વાસનાઓને કારણે એકઠા થયેલા તણાવમાંથી મુક્ત કરે છે. શરીર અને મનની ગ્રંથિઓને વિસર્જિત કરી સહજતાથી ધ્યાનની દિશામાં અગ્રેસર બને છે. આ ધ્યાનને પ્રાતઃ કાળમાં શૌચાદિથી પરવારી ખાલી પેટે કરવાનું છે. અર્ધા કલાક પહેલાં ચ્હાનો કપ કે પાણી પી શકો છો.

આખા કલાકના ધ્યાન દરમિયાન આંખોને બંધ રાખવાની છે, એ સારું રહેશે કે આંખો ઉપર પટ્ટી બાંધી દો. શરીર ઉપર ઢીલાં વસ્ત્રો પહેરો. મરૂન ડગલો કે ઝભ્ભો પહેરીને ધ્યાન કરવામાં સુવિધા રહે છે. સંભવ હોય તો આ વસ્ત્રોને માત્ર ધ્યાન કરતી વખતે જ પહેરો. સ્નાનાદિ કરી લો સારું છે, અન્યથા તત્પશ્ચાત્ સ્નાન કરી શકો છો.

ધ્યાન વિધિ :

આ ધ્યાન પ્રયોગમાં પાંચ ચરણ હોય છે. પ્રથમ ત્રણ ચરણ દશ દશ મિનિટના અને ચોથું અને પાંચમું ચરણ પંદર પંદર મિનિટના.

આ ધ્યાન પ્રયોગ સંકલ્પનો પ્રયોગ છે. તેથી ધ્યાનની પૂર્વે "હું સંકલ્પ કરું છું, આ ધ્યાન પ્રયોગમાં સમગ્ર શક્તિ લગાવીશ." તેનું ત્રણ વાર મનમાં પુનરાવર્તન કરો.

પ્રથમ ચરણ : (દશ મિનિટ) શરીરને એકદમ ઢીલું રાખતા ઝડપી, ઊંડા અને વિશૃંખલ શ્વાસ(અટક્યા વિના અને બે શ્વાસોની મધ્યે કોઈ અંતરાલ ન હોય) છોડવા અને લેવા છે. બળપૂર્વક છોડવાના રહેશે, એમાં થાક નહીં હોય.

દ્વિતીય ચરણ : (દશ મિનિટ) રેચન કરવાનું છે. જે પણ દબાવેલું છે જેમ કે રડવું, હસવું, ચીસ અને બૂમો પાડવી, કૂદવું જે પણ હોય એટલે કે શરીર અને મનને મોકળાશ આપવી છે. બીજાને અડચણ નહીં બને. હવામાં મુક્કા અને લાતો મારવી. એટલે કે સભાનપૂર્વક પાગલ બનવું.

તૃતીય ચરણ : (દશ મિનિટ) બન્ને હાથોને ઊંચા કરી એક સ્થાન પર ઊભા રહીને પંજાના જોરે ઉછળતા રહીને મહામંત્ર 'હૂ' નો આઘાત કરવાનો છે, નાભિ કેન્દ્ર ઉપર. બે 'હૂ'ની વચ્ચે અંતરાલ ન રહે.

ચતુર્થ ચરણ : (પંદર મિનિટ)આશ્રમ દ્વારા તૈયાર સંગીતની સાથે કરી રહ્યા છો તો સ્ટૉપના અવાજની સાથે સાથે જેવી શરીરની સ્થિતિ હોય, એવી જ શરીરની સ્થિતિ રહેવા દો, એમાં કોઈ પરિવર્તન કરવું નહીં. ધ્યાન રાખો કે તમે પહેલાં સંકલ્પ કર્યો છે.

પાંચમું ચરણ : (પંદર મિનિટ) ચોથા ચરણની સમાપ્તિ પર સંગીતની લયની સાથે નાચતા ઉત્સવ મનાવીને જે મૌન અને શાંતિની અનુભૂતિ ચોથા ચરણ વખતે થઈ છે, એના માટે ઈશ્વરને ધન્યવાદ આપો.

તીવ્ર શ્વાસ મનુષ્યના જીવનમાં સર્વાધિક મહત્ત્વપૂર્ણ તત્વ છે. શ્વાસના માધ્યમથી જ સેતુ દ્વારા આત્મા અને શરીરનું જોડાણ થયું છે. તેથી જ્યાં સુધી શ્વાસ ચાલતા રહે છે, આપણે કહી શકીએ છીએ કે મનુષ્ય જીવિત છે. શ્વાસ ગયો એટલે માણસ ગયો. જો કોઈ માણસ બેભાન થઈ જાય, કોમામાં ચાલ્યો જાય શ્વાસ ચાલી રહ્યો છે તો તેના પાછા આવવાની સંભાવના પૂરેપૂરી છે. તેથી કહે છે, જ્યાં સુધી શ્વાસ ત્યાં સુધી આસ. કુંડલિની પર ઊંડા શ્વાસના આઘાતનું બહુ પરિણામ છે. પ્રાણાયામની શોધ અકારણ જ કરવામાં આવી નથી. અત્યંત દીર્ઘ પ્રયોગો અને અનુભવોથી એ જ્ઞાત થયેલ છે કે શ્વાસના આઘાતથી ઘણું બધું કરી શકાય છે અને આ શ્વાસનો આઘાત જેટલી ઝડપી થશે એટલી શીઘ્ર ગતિ હશે. કુંડલિની જે સુષુપ્તાવસ્થામાં છે, તેને સક્રિય કરવા માટે, શ્વાસને જાગૃત કરવા માટે ઊંડા આઘાતની જરૂર છે. તમામ ઊર્જા, શક્તિ એકઠી કરીને આઘાત કરવાની જરૂરિયાત છે.

આત્મા અને શરીરના મિલનનું જે બિંદુ છે, એ જ કુંડલિની છે, એ જ બિંદુ ઉપર એ શક્તિ છે, જેને કુંડલિની કહે છે. સક્રિય ધ્યાનું પ્રથમ ચરણ છે કે દશ મિનિટ સુધી ઝડપી, ઊંડા અને વિશૃંખલ શ્વાસ છોડવા અને લેવા છે. અટક્યા વિના અને બે શ્વાસોની મધ્યે કોઈ અંતરાલ ન હોય. ઊર્જા જાગરણના પ્રયાસમાં આ એક મહત્ત્વપૂર્ણ ચરણ છે. આ ચરણને બરાબર રીતે કરવાથી ઘણાં પરિણામ અનુભવમાં આવી શકે છે.

દ્વિતીય ચરણમાં મહત્ત્વ

દશ મિનિટ પશ્ચાત્ સંગીત બદલાઈ જશે, બીજા ચરણ રેચનનું ચરણ હશે. પ્રથમ ચરણમાં જાગૃત થયેલી કુંડલિની, એ રેચનમાં સહયોગી બનશે. શરૂ શરૂમાં એટલી ઊર્જા જાગૃત જ થવાને કારણે અમે શરીર અને મનનું રેચન કરવામાં સહયોગ કરીશું. રેચન એટલે કે શરીર અને મન જે પણ કરવા ઇચ્છે, એટલે કે રડવું, હસવું, ક્રોધ, ગાળો આપવાના ભાવ ઇત્યાદિને બહાર કાઢી નાખો. સંપૂર્ણપણે સભાનતાપૂર્વક પાગલ બની જાઓ. પહેલાં તો આપણે સંકોચ અનુભવીશું, પૂર્ણતયા કરી શકીશું નહી, ચિંતા ન કરશો, સમૂહમાં કરો છો તો સરળતા રહેશે. મન અને શરીરને સંપૂર્ણ છૂટ આપી દો, થોભવાનું નથી, દશ મિનિટ સુધી.

દ્વિતીય ચરણમાં મનોગ્રંથિઓનું વિસર્જન

બીજા ચરણમાં શરીરને છોડી દેવાની વાત હું કહું છું. શ્વાસ ઊંડા જ રહેશે. શરીરને એટલા માટે છોડી દેવાની વાત કરું છું કે એના તો ઘણાં બધાં ઇમ્પ્લીકેશન્સ છે, બે - ત્રણની વાત આપની સાથે કરીશ.

પહેલી વાત તો એ કે શરીરમાં હજારો તણાવ તમે ભેગાં કરી રાખ્યા છે, તમને પોતાને જ જાણ નથી. સભ્યતાએ આપણને એટલાં અસાહજિક બનાવી દીધા છે કે તમને જ્યારે કોઈના ઉપર ક્રોધ આવે છે, ત્યારે પણ તમે સ્મિત આપ્યા કરો છો. શરીરને તો કંઈ ખબર જ નથી, શરીર કહે છે કે એની ગરદન દબાવી દે, મુઠ્ઠીઓ બંધ કરી દો. પરંતુ તમે સ્મિત ફરકાવ્યા કરો છો, મુઠ્ઠી બાંધતા નથી. તો શરીરના જે સ્નાયુ મુઠ્ઠી બાંધવા માટે તૈયાર થઈ ગયા હતા, એ મુશ્કેલીમાં આવી પડે છે, તેમને ખબર જ પડતી નથી કે શું થઈ રહ્યું છે? આ એક અત્યંત બેચેન સ્થિતિ શરીરમાં પેદા થઈ જાય છે. મુઠ્ઠી તો બંધાવી જોઈતી હતી. હજી જે લોકો ક્રોધના સંબંધને અત્યંત ઊંડાણપૂર્વક સમજે છે, તેઓ કહેશે, હું તમને કહીશ, જો તમને ક્રોધ આવે, ત્યારે નકલી સ્મિત કર્યા વિના, ટેબલની નીચે તમારી મુઠ્ઠીઓને પાંચ મિનિટ સુધી કચકચાવીને બાંધી દો અને છોડો. ત્યાર પછી તમારા મુખ ઉપર જે હાસ્ય કે સ્મિત આવશે તે જુદા જ પ્રકારનું હશે.

શરીરને ખબર જ પડતી નથી કે મનુષ્ય સભ્ય બની ગયો છે. શરીરનું કામ તો તદ્દન યંત્રવત્ છે પરંતુ મનુષ્યએ બધાં ઉપર પ્રતિબંધ લગાવી દીધો છે. એના પ્રતિબંધના કારણે શરીરમાં હજારો તણાવ ભેગાં થઈ ગયાં છે અને જ્યારે તણાવ એકઠાં થઈ જાય છે, ત્યારે કૉમ્પ્લેક્સ પેદા થઈ જાય છે. ગ્રંથિઓ પેદા થઈ જાય છે. ત્યારે હું તમને કહેવા ઇચ્છીશ કે શરીરને સંપૂર્ણપણે છોડી દો, ત્યારે જે હજારો ગ્રંથિઓ જે તમે બાળપણથી ભેગી કરી છે, એ વિખેરાવા લાગશે, ઓગળવાની શરૂ થઈ જશે. તેનું ઓગળી જવું જરૂરી છે. અન્યથા ક્યારે પણ બૉડીલેસનેસ, દેહાતીત થઈ શકશો નહીં. દેહ જ્યાં ફૂલના જેવો હળવો બની જાય, તમામ ગ્રંથિઓથી મુક્ત...

મહાવીરનું નમ તો તમે સાંભળ્યું હશે. મહાવીરનું એક નામ છે નિર્ગ્રંથ. નામ ઘણું અદ્ભુત છે. એનો અર્થ છે કૉમ્પ્લેક્સ-લેસ. નિર્ગ્રંથનો અર્થ છે, જેની તમામ ગ્રંથિઓ અને ગાંઠો ખોવાઈ ગઈ છે, જેમાં હવે કોઈ ગાંઠ નથી અંદર; જે એકદમ સરળ બની ગયા, નિર્દોષ બની ગયા.

આપણી અંદર જે ગંથિઓની જાળ છે, તે મુક્ત થવા ચાહે પરંતુ તમે છોડતા નથી. તમારી સભ્યતા, શિષ્ટતા, સંસ્કાર, સંકોચ કોઈનું સ્ત્રી હોવું, કોઈનું પદ પર હોવું, કોઈનું કંઈ હોવું. આ પ્રકા જે જકડાયેલા છે કે એ છોડતા નથી.

હવે આજે એક મહિલાએ આવીને મને કહ્યું કે તેને એવી બીક લાગ્યા કરે છે કે કોઈનો હાથ તેને ન લાગી જાય. આજે એ બિચારી દૂર જઈને બેઠી હશે. પરંતુ કોઈ બે – ચાર ગુલાંટો મારીને તેની પાસે પહોંચી ગયું તો તેની ગડબડ પાછી શરૂ થઈ ગઈ. એ મને પૂછવા આવી હતી કે શું હું ખૂબ દૂર જઈને બેસું?

મેં કહ્યું, કોઈને મોકલનારા ત્યાં પણ મોકલી શકે છે. એ સારું જ છે કે કોઈ આવતું જ હશે. ત્યાં પણ આવી જશે કોઈ. તું જ્યાં બેઠી છે, ત્યાં જ બેસ, કોઈનો હાથ લાગી જશે તો શું થઈ જવાનું છે?

સ્ત્રીઓની હાલત એવી છે કે જો પરમાત્મા પણ મળે તો પણ સાડી સંકોરીને નીકળી જાય. ક્યાંક એ પણ ન અડકી લે. તેમની સમગ્ર બૉડી, સ્ત્રીઓનું તો સમગ્ર શરીર જ ગ્રંથિ-ગ્રસ્ત છે. બાળપણથી તેનું આવું જ પ્રશિક્ષણ પ્રાપ્ત થયું છે કે તેમનું શરીર એક રોગ છે. સ્ત્રીઓ શરીરને ઢસડી રહી છે, શરીરમાં જીવી રહી નથી. આ એક ખોળ છે જેને આખો વખત સુરક્ષિત કરીને વધારે ઢસડતી જઈ રહી છે. અને કંઈ પણ બચાવવા જેવું નથી તેનામાં. તો આ નાના નાના આગ્રહ અમારા ઘણું બધું રોક...

હવે કોઈ ભણેલ ગણેલ છે તો તેને એમ લાગે છે ... આજે કોઈ સજજન

મને કહી રહ્યા હતા કે તે ઈમોશનલ લોકોને થઈ જતું હશે, ભાવુક લોકો ઈન્ટૅલેક્ચુઅલ બની ગયા. તેની મા મરી ગઈ ત્યારે રડશે કે નહીં? તેનો કોઈની સાથે પ્રેમ થશે કે નહીં? તે ઈન્ટૅલેક્ચુઅલ બની ગયા. એ ચાર ક્લાસ ભણી ગયા, તેણે યૂનિવર્સિટીમાંથી સર્ટિફિકેટ લઈ લીધું છે. તો જ્યારે પ્રેમ કરશે ત્યો વિચારશે કે ચુંબન લેવું કે નહીં, કેટલાં કીટાણુ ટ્રાન્સફર થઈ જાય છે. પુસ્તક વાંચશે, ઘેર જઈને હિસાબ-કિતાબ કરશે કે ઈમોશનલ બનવું કે નહીં.

ઈન્ટલેક્ટ એક બીમારી બની ગઈ છે. ઈન્ટલેક્ટ આપણું સૌરભ બની શકી નથી. બુદ્ધિ આપણી કોઈ ગરિમા નહીં રોગ બની ગઈ છે. કોઈ વિચારે છે કે અમે તો ઈન્ટૅલેક્ચુઅલ છીએ, અમે બુદ્ધિવાદી છીએ; અમારાથી આ થઈ શકે નહીં. આ તો તેમને થઈ રહ્યું છે, જે થોડા ભાવુક છે.

૧૮

દુઃખ પ્રતિ સજાગતા બતાવો

આપણે દુઃખી છીએ, એ ચોક્કસ છે. આપણે સમજીએ છીએ કે આપણા દુઃખનું કારણ કોઈ બીજું છે. જેમ કે સાસુ વહુને કારણે દુઃખી છે, વહુ સાસુને કારણે. દીકરી માતાને કારણે, પિતા- પુત્રને કારણે. એટલે કે પ્રત્યેક વિચારે છે કે મારા દુઃખનું કારણ બીજું કોઈ છે. ક્યારે પણ દુઃખને કારણે પોતાના તરફ અંગુલિનિર્દેશ નહીં કરે. જો પોતાની અંદર ડોકિયું કરીને જુઓ તો ખબર પડશે કે દુઃખી કોઈ બીજાના કારણે નહીં સ્વયં પોતાના કારણોને લીધે દુઃખી છું. આપણે બીજાઓ પાસે ઘણી અપેક્ષાઓ રાખી લીધી હતી. અપેક્ષાઓ બીજાઓએ પૂરી કરી નહીં, તેથી દુઃખનું કારણ બીજા છે.

ધ્યાન સૂત્રમાં ઓશો કહે છે : "જો તમે દુઃખી છો, તમને બોધ છે કે તમે દુઃખી છો, તો તેને ભોગવતા ન રહો, એ ને સહન કરતા ન રહો. એ દુઃખના વિરોધમાં ઊભા થઈ જાઓ, એ દુઃખને વિસર્જિત કરવાના ઉપાયો કરો. સાધારણ મનુષ્ય દુઃખી થઈને જે કામ કરે છે અને સાધક ને કામ કરે છે એ બન્નેમાં થોડો ભેદ હોય છે. જ્યારે સાધારણ વ્યક્તિની સમક્ષ દુઃખ ઊભું હોય છે ત્યારે તે દુઃખને ભૂલવાના પ્રયાસો કરે છે. જ્યારે સાધક દુઃખની સામે ઊભો રહે છે, અને દુઃખને દૂર કરવાના ઉપાયો કરે છે.

દુનિયામાં બે પ્રકારના લોકો હોય છે. એક એવા લોકો, જેઓ દુઃખને ભૂલવાના ઉપાયો કરે છે અને બીજા એવા તે દુઃખને દૂર કરવાના ઉપાયો કરે છે.

પરમાત્મા કરે, તમે પહેલી પંક્તિમાં ન રહો અને બીજી પંક્તિમાં આવી જાઓ. ભૂલવાના ઉપાયો કરી રહ્યા છે, પત્તાં રમી રહ્યા છે, જુગાર રમવામાં લાગેલા છે અથવા તો બીજા કોઈ ઉપદ્રવમાં લાગેલા છે જ્યાં તેઓ પોતાને ભૂલી જાય, તેથી તમને સ્મરણ જ ન રહે કે તમને અંદર ખૂબ દુઃખ છે."

"દુઃખ ભૂલી જવાથી નષ્ટ થતું નથી – કોઈ ભાવને સંતાડી દેવાથી એ ભાવ નષ્ટ થતો નથી." "ઘાવોને સંતાડશો નહીં. તેને ખોલી નાખો અને પોતાના

દુઃખનો સાક્ષાત્કાર કરો અને તેને ભૂલશો નહી, તેને ખોલી નાખો અને તેને દૂર કરવાના પ્રયાસોમાં લાગી જાઓ."

ઓશોના આદેશાનુસાર આપણે દુઃખનો સાક્ષાત્કાર કરતા નથી, દારૂ પીએ છીએ, નશો કરીએ છીએ, દુઃખને, પોતાની જાતને ભુલવા માટે. પરંતુ તે દુઃખથી મુક્ત થવાની યોગ્ય રીત નથી. દુઃખ પ્રત્યે મનઃસ્થિતિ, વિચારસરણીનું રચનાત્મક પરિવર્તન કરવાનો મૂળ મંત્ર છે : દુઃખ પ્રત્યે જાગૃત બનો. દુઃખ પ્રત્યે જાગૃત બનવાનો માર્ગ છે - "ધ્યાન" સક્રિય ધ્યાન તીવ્ર પરિણામકારી છે. એક કલાક પ્રતિ દિવસ પ્રાતઃ સક્રિય ધ્યાન સમૂહમાં કરવા માટે આવો. દુઃખ, પીડા, તણાવ, ક્રોધ, ઈર્ષા, સંતાપ એવી રીતે ગાયબ થઈ જશે, જેમ સૂર્યના આગમનની સાથે ઝાકળ બિંદુ. તણાવ અને સ્થૂળતાથી રાહત મેળવતા જ આખો દિવસ આનંદિત બની જાય છે, જીવન જીવવાના બીજ પણ રોપવામાં આવે છે. કામના કરીએ છીએ, આપ દુઃખને ભૂલવાના બદલે દુઃખ પ્રત્યે જાગરણનો પ્રયાસ કરશો કે જે ભગવતી જાગરણ કરતાં અધિક મહત્ત્વપૂર્ણ છે.

૧૯

તણાવમુક્ત જીવન જીવવાની સાત ચાવીઓ

- કેટલીક વસ્તુઓ તણાવ પેદા કરે છે. કેટલીક વસ્તુઓ સમસ્વરતા લાવે છે.
- તમે સંપૂર્ણ સાથે સમસ્વર થઈ શકે છો, અથવા તમે પૂર્ણની સાથે સંઘર્ષપૂર્ણ થઈને દ્વંદ્વમાં આવી શકો છો. સમસ્વરતા સ્વાભાવિક પણે ગહન મૌન, આનંદ અને પ્રફુલ્લતા આપે છે. દ્વંદ્વનું પરિણામ દુઃખ, વિષાદ, તણાવ, વ્યાકુળતા.
- જ્યારે હું કહું છું કે બસ થઈ જાઓ, મારો આશય હોય છે દરેક વસ્તુ પ્રત્યે ખુલ્લા રહો. મારો મતલબ છે કે કંઈ પણ હોવાનો પ્રયાસ ન કરો કારણ કે કંઈક હોવાના પ્રયાસથી જ તમે ભટકી જશો, તમે તણાવપૂર્ણ થઈ જશો, તમે બોઝિલ બની જશો અને તમે બંધ રહી જશો. તમે ખુલતા છો, તમે જે પણ છો, તેને સ્વીકારો. જે પણ તમે છો, તે સિવાય બીજું કંઈ બનવાના પ્રયાસો કરશો નહીં.
- વર્તમાન ક્ષણ એ તમામ ભૂતકાળનું જોડાણ છે અને ભવિષ્યનો પ્રારંભ. પ્રત્યેક ક્ષણ ભૂતકાળ અને ભવિષ્યનું મિલન બિંદુ છે.જો તમે કોઈ પણ તણાવ વગર તે બન્ને પ્રત્યે સચેત બની શકો તો તમે સહજ બનશો. તમે અત્યંત બોધપૂર્ણ અને સહજ બનશો.
- ધ્યાન એક એવી ગુણવત્તા છે, જ્યારે તમને આનંદિત હો છો, બિન-ગંભીર હો છો ત્યારે સહજપણે જ ઉભરી આવે છે. પત્તાં રમવાં, જુગાર રમવો, કામકાજ કરવું ગમે તે ધ્યાન બની શકે છે. એક જ વાત જો જોડવાની હોય તો એ છે બિન-ગંભીરતા અને રમતપૂર્ણ રહેવું. ત્યારે તે તમારી અંદર કોઈ પણ પ્રકારનો તણાવ પેદા થવા દેશે નહીં, કોઈ પણ પ્રકારનો થાક પેદા થવા દેશે નહીં. તમે વિશ્રાંત રહેશો.
- તમારી અંદર વિશ્રામ કરો, સ્વયંમાં વિશ્રાંત થઈ જાઓ. સ્વયંનો આનંદ

માણો, સ્વયંનો ઉત્સવ મનાવો. કાંઈક બીજું બનવાના પ્રયાસોમાં સમય બગાડ્યા વગર કંઈ પણ ના કરો. ત્યારે સઘળો થાક સમાપ્ત થઈ જશે. ત્યારે તણાવ સંભવ જ નથી. ચિંતા આવી શકશે નહીં, કારણ કે તમે વિષાદના મૂળ કાપી નાખ્યાં છે. જીવન એટલું જ સુંદર હોય છે, જેવું ગુલાબ અને જેટલાં જ પ્રકાશિત તારાઓ.

- તણાવનો નિસરણીની જેમ ઉપયોગ કરી શકાય છે. આ સર્જનાત્મક તાકાત બની શકે છે, આ સર્જનાત્મક ઊર્જા. પહેલાં તો તેને સ્વીકારો, તેની સાથે સંઘર્ષમાં ઊતરવાની કોઈ જરૂર નથી. તેને સ્વીકારી લો, એ જ યથાયોગ્ય છે.
- આપણા જીવનમાં કદાચ સમય અધિક ઘેરો તણાવ અને વ્યાકુળતા છે. સમય માનવીનો દ્વંદ્વ, વ્યાકુળતા અને વિષાદ છે. સમયમાં જીવવાનો અર્થ છે, બે ધ્રુવોની વચ્ચે ખેંચાઈ જવું - ભૂતકાળ અને ભવિષ્ય. સમય આપણી અંદર બરાબર એ જ પ્રમાણમાં હોય છે જેટલી આપણી બેશુદ્ધતા અથવા તો આપણી મનોવૈજ્ઞાનિક નિદ્રા. ત્યાર બાદ આપણે સંપૂર્ણ પણે બોધપૂર્ણ, સજાગ બની જઈએ છીએ, સમય સમાપ્ત થઈ જાય છે. જાગરણની આગ સમયને બાળીને ભસ્મ કરી દે છે.

Tanavmukt Jeevan
Kaise Jiyen (Gujrati)